CUỐN SÁCH CẦN THIẾT HOÀN THÀNH BOM MỠ

100 BOMBS THƠM NGON CHO CHẾ ĐỘ KETOGENIC

Vũ Như

từ chối trách nhiệm

Thông tin trong Sách điện tử này nhằm mục đích phục vụ như một bộ sưu tập toàn diện các chiến lược mà tác giả của Sách điện tử này đã thực hiện nghiên cứu. Tóm tắt, chiến lược, mẹo và thủ thuật chỉ được tác giả đề xuất và việc đọc Sách điện tử này sẽ không đảm bảo rằng kết quả của một người sẽ phản ánh chính xác kết quả của tác giả. Tác giả của Sách điện tử đã thực hiện tất cả các nỗ lực hợp lý để cung cấp thông tin hiện tại và chính xác cho người đọc Sách điện tử. Tác giả và các cộng sự của nó sẽ không chịu trách nhiệm pháp lý cho bất kỳ lỗi hoặc thiếu sót không chủ ý nào có thể được tìm thấy. Tài liệu trong Sách điện tử có thể bao gồm thông tin từ bên thứ ba. Tài liệu của bên thứ ba bao gồm các ý kiến được thể hiện bởi chủ sở hữu của họ. Do đó, tác giả của Sách điện tử không chịu trách nhiệm hoặc trách nhiệm pháp lý đối với bất kỳ tài liệu hoặc ý kiến của bên thứ ba nào.

MỤC LỤC

GIỚI THIỆU

Ngay cả khi bạn không theo chế độ ăn keto nhiều chất béo, ít carb, bạn có thể đã nghe nói về bom béo. Bài đăng của khách này bởi Janine từ Keto Domain sẽ trả lời tất cả các câu hỏi của bạn về bom béo bao gồm chúng là gì, tại sao lại ăn chúng và cách tạo ra chúng!

Những quả bom béo là để thay thế những gì granola dành cho người ăn chay. Đó là một món ăn nhẹ cho bữa sáng khi đang di chuyển, một bữa ăn nhẹ vào buổi chiều và một bình phun nhiên liệu trước khi tập luyện. Ở cả hai loại mặn và ngọt, bom chất béo keto luôn chứa nhiều chất béo tự nhiên, tốt cho sức khỏe.

1. bom thịt lợn

THÀNH PHẦN:

- 8 lát thịt xông khói không thêm đường
- 8 ounce Braunschweiger ở nhiệt độ phòng
- $^{1}/_{4}$quả hồ trăn xắt nhỏ
- 6 ounce ($^{3}/_{4}$cốc) phô mai kem, để mềm ở nhiệt độ phòng
- 1 muỗng cà phê mù tạt Dijon

HƯỚNG:

a) Nấu thịt xông khói trong chảo vừa trên lửa vừa cho đến khi giòn, 5 phút mỗi mặt. Xả trên khăn giấy và để nguội. Sau khi nguội, vỡ vụn thành những miếng có kích thước bằng miếng thịt xông khói.

b) Đặt Braunschweiger cùng với quả hồ trăn vào máy xay thực phẩm nhỏ và xay cho đến khi vừa kết hợp.

c) Trong một bát trộn nhỏ, sử dụng máy xay sinh tố cầm tay để đánh kem phô mai và mù tạt Dijon cho đến khi kết hợp và mịn.

d) Chia hỗn hợp thịt thành 12 phần bằng nhau. Vo thành những viên tròn và phủ một lớp mỏng hỗn hợp kem phô mai.

e) Làm lạnh ít nhất 1 giờ. Khi đã sẵn sàng để phục vụ, đặt các miếng thịt xông khói lên một đĩa vừa, lăn các viên qua để phủ đều và thưởng thức.

f) Bom béo có thể được làm lạnh trong hộp kín tối đa 4 ngày.

2. Bom béo bơ đậu phộng

làm cho 8

THÀNH PHẦN

- 1/2 chén dầu dừa
- 1/4 chén bột ca cao
- 2 muỗng canh bột bơ đậu phộng
- 2 muỗng canh hạt gai dầu đã bóc vỏ
- 2 muỗng canh kem nặng thuần chay
- 1 muỗng cà phê chiết xuất vani
- 28 giọt Stevia lỏng
- 1/4 chén dừa nạo không đường

HƯỚNG

a) Kết hợp tất cả các thành phần khô với dầu dừa trong một bát trộn.

b) Trộn trong kem nặng, chiết xuất vani và stevia lỏng.

c) Cho dừa nạo không đường ra đĩa.

d) Dùng tay viên tròn lại rồi lăn qua dừa nạo không đường.

e) Đặt lên khay nướng có lót giấy da. Đặt sang một bên trong khoảng 15 phút trong tủ đá.

3. Maple quả hồ đào thanh bom béo

làm cho 12

THÀNH PHẦN

- 2 chén Pecan Half
- 1 chén bột hạnh nhân
- 1/2 chén bột hạt lanh vàng
- 1/2 chén dừa nạo không đường
- 1/2 chén dầu dừa
- 1/4 chén Maple Syrup
- 1/4 muỗng cà phê Stevia lỏng

HƯỚNG

a) Làm nóng lò ở 350°F và nướng nửa con bồ nông trong 5 phút.
b) Lấy hồ đào ra khỏi lò và cho vào túi nhựa. Nghiền nát chúng bằng một cái cán để tạo thành khối.
c) Trong một bát trộn, kết hợp các thành phần khô: Bột hạnh nhân, Bột hạt lanh vàng, Dừa vụn và quả hồ đào nghiền nát.
d) Thêm xi-rô cây phong dầu dừa và Stevia lỏng. Kết hợp tất cả các thành phần trong một bát trộn lớn cho đến khi tạo thành một khối bột nhão.
e) Cho bột vào đĩa soong và ấn xuống.
f) Nướng trong 15 phút ở 350F, hoặc cho đến khi các mặt có màu nâu nhẹ.
g) Dùng thìa, cắt thành 12 lát và phục vụ.

4. Bom béo Neapolitan

THÀNH PHẦN

- 1/2 chén bơ
- 1/2 chén dầu dừa
- 1/2 chén kem chua
- 1/2 cốc kem phô mai
- 2 muỗng canh Erythritol
- 25 giọt Stevia lỏng
- 2 muỗng canh bột ca cao
- 1 muỗng cà phê chiết xuất vani
- 2 quả dâu tây vừa

HƯỚNG

1 Trong một cái bát, kết hợp bơ, dầu dừa, kem chua, phô mai kem, erythritol và stevia lỏng.
2 Sử dụng máy xay ngâm, trộn các thành phần với nhau thành một hỗn hợp mịn.
3 Chia hỗn hợp ra 3 bát khác nhau. Cho bột ca cao vào một bát, dâu tây vào bát khác và vani vào bát cuối cùng.
4 Trộn tất cả các thành phần lại với nhau bằng máy xay sinh tố. Tách hỗn hợp sô cô la vào một hộp có vòi.
5 Đổ hỗn hợp sô cô la vào khuôn bom béo. Đặt trong tủ đông trong 30 phút, sau đó lặp lại với hỗn hợp vani.

6 Làm đông hỗn hợp vani trong 30 phút, sau đó lặp lại quy trình với hỗn hợp dâu tây. Đóng băng một lần nữa trong ít nhất 1 giờ.

7 Khi chúng đã đông cứng hoàn toàn, hãy lấy khuôn bom béo ra khỏi khuôn.

5. Bom kem béo màu cam dừa

THÀNH PHẦN

- 1/2 chén dầu dừa
- 1/2 chén kem đánh bông nặng
- 4 oz. kem phô mai
- 1 muỗng cà phê Cam Vani
- giọt chất lỏng Stevia

HƯỚNG

1 Đong dầu dừa, kem béo và phô mai kem.

2 Sử dụng máy xay ngâm để trộn tất cả các thành phần lại với nhau. Nếu gặp khó khăn trong việc trộn các nguyên liệu, bạn có thể cho chúng vào lò vi sóng trong 30 giây đến 1 phút để chúng mềm ra.

3 Thêm Orange Vanilla Mio và stevia lỏng vào hỗn hợp, dùng thìa trộn đều.

4 Rải hỗn hợp vào khay silicon (Khay khối băng của tôi là một Avenger tuyệt vời) và đóng băng trong 2-3 giờ.

5 Sau khi cứng lại, lấy ra khỏi khay silicon và bảo quản trong ngăn đá tủ lạnh. Vui thích!

6. Bom béo pizza mặn

THÀNH PHẦN

- 4 oz. kem phô mai
- lát ớt
- ô liu đen đọ sức
- 2 muỗng canh Pesto cà chua phơi nắng

HƯỚNG

1 Xúc xắc pepperoni và ô liu thành miếng nhỏ.

2 Trộn đều húng quế, sốt cà chua và phô mai kem.

3 Thêm ô liu và pepperoni vào pho mát kem và trộn lại.

4 Tạo thành những quả bóng, sau đó trang trí với pepperoni, húng quế và ô liu.

7. Không nướng bơ đậu phộng sô cô la bom chất béo

THÀNH PHẦN

- 1/2 CỐC DẦU DỪA
- 1/4 chén bột ca cao
- muỗng canh bột PB Fit
- muỗng canh Hạt gai dầu đã bóc vỏ
- 2 muỗng canh kem nặng
- 1 muỗng cà phê chiết xuất vani
- 28 giọt Stevia lỏng
- 1/4 chén dừa nạo không đường

HƯỚNG

1 Trộn đều tất cả nguyên liệu khô với dầu dừa. Nó có thể mất một chút công sức, nhưng cuối cùng nó sẽ trở thành một hỗn hợp sệt.
2 Thêm kem nặng, vani và stevia lỏng. Trộn lại cho đến khi mọi thứ được kết hợp và hơi kem.
3 Múc dừa bào sợi không đường ra đĩa.
4 Dùng tay vo viên rồi lăn qua dừa nạo không đường. Đặt lên khay nướng có lót giấy nến. Đặt trong ngăn đá khoảng 20 phút.

8. Jalapeno popper béo bom

THÀNH PHẦN

- 3 oz. kem phô mai
- 3 lát thịt xông khói
- 1 hạt tiêu Jalapeno vừa
- 1/2 muỗng cà phê mùi tây khô
- 1/4 muỗng cà phê bột hành tây
- 1/4 muỗng cà phê bột tỏi
- Muối và hạt tiêu cho vừa ăn

HƯỚNG

1. Chiên 3 lát thịt xông khói trong chảo cho đến khi giòn.
2. Lấy thịt xông khói ra khỏi chảo, nhưng giữ lại dầu mỡ còn lại để sử dụng sau.
3. Đợi cho đến khi thịt xông khói nguội và giòn.
4. Bỏ hạt ớt jalapeno, sau đó thái hạt lựu thành từng miếng nhỏ.
5. Kết hợp pho mát kem, ớt jalapeno và gia vị. Nêm muối và tiêu
6. mỗi hương vị.
7. Thêm mỡ thịt xông khói vào và trộn với nhau cho đến khi tạo thành một hỗn hợp đặc.
8. Băm nhỏ thịt xông khói và bày ra đĩa. Dùng tay vo hỗn hợp kem phô mai thành những viên tròn rồi lăn viên tròn vào thịt xông khói.

9. Bom thịt xông khói phô mai

THÀNH PHẦN

- 3 oz. Phô mai mozzarella
- muỗng canh bột hạnh nhân
- muỗng canh Bơ, tan chảy
- 3 muỗng canh bột Psyllium Husk
- 1 trứng lớn
- 1/4 muỗng cà phê muối
- 1/4 muỗng cà phê Tiêu đen xay tươi
- 1/8 muỗng cà phê bột tỏi
- 1/8 muỗng cà phê bột hành tây
- lát thịt xông khói
- 1 chén dầu, mỡ lợn hoặc mỡ động vật (để chiên)

HƯỚNG

1. Thêm 4 oz. (một nửa) phô mai Mozzarella vào tô.
2. Cho 4 thìa bơ vào lò vi sóng trong 15-20 giây hoặc cho đến khi bơ tan chảy hoàn toàn.
3. Phô mai trong lò vi sóng trong 45-60 giây cho đến khi tan chảy và dính (nên là
4. Thêm 1 quả trứng và bơ vào hỗn hợp và trộn đều.
5. Thêm 4 muỗng canh bột hạnh nhân, 3 muỗng canh vỏ Psyllium và phần gia vị còn lại của bạn vào hỗn hợp (1/4 muỗng cà phê Muối, 1/4 muỗng cà phê Tiêu đen xay tươi, 1/8 muỗng cà phê Bột tỏi và 1/8 muỗng cà phê Bột hành).
6. Trộn tất cả mọi thứ lại với nhau và đổ nó ra một cái silpat. Cán mỏng bột hoặc dùng tay nặn bột thành hình chữ nhật.

7. Trải phần phô mai còn lại lên một nửa miếng bột và gấp miếng bột lại theo chiều dọc.
8. Gấp bột lại theo chiều dọc để tạo thành hình vuông.
9. Uốn các cạnh bằng ngón tay của bạn và ấn bột lại với nhau thành hình chữ nhật. Bạn muốn nhân bánh được chặt bên trong.
10. Dùng dao cắt bột thành 20 ô vuông.
11. Cắt đôi từng lát thịt xông khói, sau đó xếp hình vuông vào cuối 1 miếng thịt xông khói.
12. Cuộn chặt miếng bột vào thịt xông khói cho đến khi các đầu chồng lên nhau. Bạn có thể "kéo dài" thịt xông khói nếu cần trước khi cuộn.
13. Dùng tăm để cố định thịt xông khói sau khi cuộn.
14. Làm điều này cho mọi miếng bột mà bạn có. Cuối cùng, bạn sẽ có 20 quả bom thịt xông khói phô mai.
15. Đun nóng dầu, mỡ lợn hoặc mỡ động vật đến 350-375F rồi chiên 3 hoặc 4 miếng thịt xông khói phô mai mỗi lần.

10. Bom béo dừa

THÀNH PHẦN

- 30g bơ dừa
- 15g dầu dừa nguyên chất
- 15g kem đôi
- 2g ca cao
- $\frac{1}{4}$ muỗng cà phê chất làm ngọt dạng lỏng.

HƯỚNG

Dự trữ ca cao.

Đun chảy dầu dừa và bơ dừa với nhau, khi nguội khuấy đều kem và chất lỏng

chất tạo ngọt.

Cho hỗn hợp vào 6 hộp và cho vào tủ lạnh để đông lại.

Làm tan chảy hỗn hợp còn lại trong vài giây trong lò vi sóng, khuấy ca cao và 10ml nước sôi, trộn đều.

Đặt lên trên nửa khuôn, cho vào tủ lạnh định hình.

Khi thiết lập, bạn sẽ thấy rằng họ đã gửi tới 3 lớp! Đừng lo lắng nếu chúng không ngon, chúng vẫn sẽ ngon.

11. Bom chất béo hạnh nhân Allspice

Khẩu phần: 8

THÀNH PHẦN

- 10 muỗng canh bơ hạnh nhân
- 5 muỗng canh kem nặng
- 4 muỗng canh dầu dừa
- 2 muỗng cà phê bột ca cao
- 1/4 muỗng cà phê tiêu
- 6 giọt stevia lỏng (hoặc tương đương)

HƯỚNG

Trộn tất cả các nguyên liệu lại với nhau và cho vào cốc, khuôn hoặc hộp đựng.

Để ngăn đá khoảng 2 tiếng, lấy ra và thưởng thức.

Tùy chọn: Top với hạnh nhân xắt nhỏ

12. Vanilla Mocha Fat Bomb Pops

Khẩu phần: 6

THÀNH PHẦN

- 4 muỗng canh bơ không ướp muối
- 2 muỗng canh kem nặng
- 1/2 muỗng cà phê chiết xuất vani
- 4 muỗng canh dầu dừa
- 1 1/2 muỗng canh bột ca cao
- 1/2 muỗng cà phê chiết xuất cà phê, tùy chọn
- stevia, để hương vị

HƯỚNG

Làm lớp vani: Làm mềm bơ trong lò vi sóng cho đến khi hóa lỏng. Thêm 2 muỗng canh kem nặng và khuấy đều. Để qua một bên

Sau khi nguội, thêm vani và trộn đều.

Tạo lớp mocha: Trộn đều dầu dừa, bột ca cao, chiết xuất cà phê và cỏ ngọt.

Đổ hỗn hợp vani vào khay/hộp đựng muffin, tạo lớp trắng phía dưới. Đặt vào tủ lạnh cho đến khi chắc, khoảng 15 phút.

Lấy ra khỏi tủ lạnh và đổ hỗn hợp mocha vào, đổ đầy cốc lên trên cùng.

Thêm que kem và đóng băng 20 đến 30 phút.

13. bánh quy phô mai thạch

Khẩu phần: 12

THÀNH PHẦN

- 6 ounce pho mát kem
- 4 muỗng canh bơ không ướp muối, làm mềm
- 8 giọt stevia lỏng (hoặc tương đương)
- 1 quả trứng
- 1/2 muỗng cà phê chiết xuất vani
- 1/4 muỗng cà phê chiết xuất hạnh nhân (tùy chọn)
- 1 pkg Jello không đường, bất kỳ hương vị nào
- 1/8 muỗng cà phê muối biển
- 1/2 muỗng cà phê bột nở
- 1 c bột hạnh nhân (hoặc nửa hạnh nhân, nửa bột dừa)

HƯỚNG

Làm mềm cream cheese và bơ. Đánh cùng với chất làm ngọt và chất chiết xuất. Trộn muối và một gói 4 oz thạch không đường (gelatin, bánh pudding, sữa trứng, v.v.)

Đánh bột nở vào bột hạnh nhân. Thêm từ từ hỗn hợp khô này vào hỗn hợp ướt, mỗi lần vài thìa. Dùng nĩa trộn đều để tạo thành một khối bột hơi dính.

Bọc bột và cho vào tủ lạnh cho đến khi cứng lại, tối thiểu 30 phút, tối đa 12 giờ.

Lăn bột thành những quả bóng một inch và đặt lên một tấm nướng đã chuẩn bị. Để lại khoảng một inch giữa mỗi cookie.

Dùng nĩa, ngón tay cái hoặc đáy ly để làm phẳng bánh quy. Những thứ này không lan rộng trong quá trình nướng.

Bánh quy phẳng, mỏng giòn hơn, nướng nhanh hơn và dễ cháy. Xem những phút cuối cùng! Nướng 6-8 phút ở 325 F.

Lấy ra khỏi lò và để nguội 3 phút trước khi chuyển sang giá làm mát hoặc tương đương. Để bánh nguội hoàn toàn trước khi ăn, nếu không bánh sẽ bị vỡ vụn.

14. Bom bạc hà đen trắng

Khẩu phần: 12

THÀNH PHẦN

- 3/4 c bơ dừa
- 1/3 c dừa vụn
- 3 muỗng canh dầu dừa
- 2 muỗng cà phê bột ca cao không đường
- 1/2 muỗng cà phê chiết xuất bạc hà
- stevia lỏng (hoặc tương đương), để nếm

HƯỚNG

Kết hợp bơ dừa, dừa vụn, 1 muỗng canh dầu dừa và chiết xuất bạc hà. Trộn đều và đổ vào khuôn hoặc khay lót bánh nướng nhỏ / hộp đựng bánh muffin, đổ đầy một nửa.

Cho vào tủ lạnh cho cứng lại (khoảng 15 phút).

Trộn 2 muỗng canh dầu dừa và bột ca cao còn lại với nhau. Lấy hỗn hợp ra khỏi tủ lạnh và đổ hỗn hợp ca cao lên trên. Đặt lại vào tủ lạnh cho đến khi chắc chắn.

Trước khi phục vụ, lấy ra khỏi tủ lạnh và đặt trên quầy trong khoảng 5 phút.

15. Quả bom béo Blackberry Nut

Khẩu phần: 12

THÀNH PHẦN

- 2 ounce hạt mắc ca, nghiền nát
- 4 ounce pho mát neufchatel
- 1 quả mâm xôi
- 3 muỗng canh phô mai mascarpone
- 1 c dầu dừa
- 1 c bơ dừa
- 1/2 muỗng cà phê chiết xuất vani
- 1/2 muỗng cà phê nước cốt chanh
- Chất làm ngọt ưa thích để hương vị, tùy chọn

HƯỚNG

Nghiền nát hạt mắc ca và ấn vào đáy đĩa nướng hoặc khuôn.

Nướng từ 5 đến 7 phút ở nhiệt độ 325 F hoặc cho đến khi có màu vàng nâu.

Lấy ra khỏi lò và để nguội một chút.

Phết một lớp kem phô mai đã làm mềm lên "lớp vỏ" hạt.

Trong một cái bát, trộn đều quả mâm xôi, phô mai mascarpone, dầu dừa, bơ dừa, vani, nước cốt chanh và chất làm ngọt (tùy chọn) cho đến khi mịn và kết hợp tốt.

Đổ hỗn hợp lên trên lớp kem phô mai. Đóng băng trong 30 phút đến một giờ. Lấy ra và bảo quản trong tủ lạnh.

16. Bom béo bơ phong thịt xông khói

Khẩu phần: 12

THÀNH PHẦN

- 8 ounce pho mát neufchatel, làm mềm
- 1/2 c bơ không ướp muối
- 4 muỗng cà phê mỡ thịt xông khói
- 4 muỗng canh dầu dừa
- 8 lát thịt xông khói, nấu chín và vỡ vụn
- 1/4 c xi-rô phong không đường
- HOẶC chiết xuất cây phong và stevia lỏng (hoặc tương đương), để nếm thử

HƯỚNG

Kết hợp tất cả các nguyên liệu, để riêng một ít thịt xông khói vụn và đun chảy từ từ trong lò vi sóng trong khoảng thời gian 10 giây cho đến khi mịn.

Đổ vào đĩa hoặc chảo và đặt trong tủ đá cho đến khi cứng lại, khoảng 15 phút.

Lấy ra khỏi tủ đông, rắc thêm thịt xông khói vụn, cắt lát và phục vụ.

17. Bom béo phô mai bí ngô

Khẩu phần: 8

THÀNH PHẦN

- 1/2 c bơ không ướp muối
- 8 ounce pho mát neufchatel
- 1/2 c bí ngô, xay nhuyễn
- 1/4 c quả hồ đào xắt nhỏ
- 2 muỗng cà phê chiết xuất vani
- 1 muỗng cà phê quế
- 1/2 muỗng cà phê gia vị bí ngô
- 1/8 muỗng cà phê muối biển
- 12 giọt stevia lỏng (hoặc tương đương)

HƯỚNG

Đun chảy bơ trên lửa vừa cao, khuấy thường xuyên.

Thêm bí ngô xay nhuyễn và tiếp tục đánh. Thêm pho mát kem, cỏ ngọt, hồ đào và gia vị. Đánh cho đến khi mịn, sau đó thêm chiết xuất vani.

Trộn hoàn toàn và loại bỏ nhiệt. Lót giấy sáp vào chảo hoặc đĩa 9 inch và đổ hỗn hợp kẹo mềm vào chảo.

Rắc thêm hạt hồ đào nếu muốn và cho vào ngăn đá tủ lạnh trong 24 giờ. Khi đã sẵn sàng để cắt, loại bỏ bằng cách kéo giấy sáp. Cắt thành miếng kích thước phục vụ.

Lưu trữ trong một thùng chứa trong tủ đông cho đến khi sẵn sàng phục vụ.

18. Bom béo kem dừa việt quất

Khẩu phần: 16

THÀNH PHẦN

- 1 quả việt quất
- 8 ounce bơ không ướp muối
- 4 ounce pho mát neufchatel, làm mềm
- 1/4 c nước cốt dừa
- 3/4 c dầu dừa
- stevia lỏng (hoặc tương đương), để nếm
- Toàn bộ quả mọng

HƯỚNG

Đặt quả việt quất đã nghiền vào đáy đĩa hoặc chảo. Trong một cái chảo trên lửa nhỏ, làm tan chảy bơ và dầu dừa. Tắt bếp và để nguội trong 5 phút.

Thêm các thành phần còn lại và đánh đều bằng máy đánh trứng hoặc máy xay cầm tay, thêm stevia từ từ.

Đổ hỗn hợp vào chảo và đặt trong tủ đá trong 1 giờ. Cắt lát trước khi phục vụ và phủ lên trên một ít quả việt quất.

19. Bom sô cô la bơ đậu phộng quế

Khẩu phần: 12

THÀNH PHẦN

- 4 muỗng canh dầu dừa
- 4 muỗng canh bột ca cao
- 1/4 quả óc chó, xắt nhỏ
- 1/2 c bơ đậu phộng
- Stevia (hoặc tương đương), để nếm thử
- 1 muỗng cà phê chiết xuất vani
- 1/4 muỗng canh quế
- muối biển, để hương vị

HƯỚNG

Đun chảy dầu dừa trong lò vi sóng trong 45 giây.

Khuấy ca cao, Splenda và vani, trộn đều cho đến khi mịn. Cho các loại hạt đã cắt nhỏ vào.

Đổ hỗn hợp sô cô la vào chảo hoặc đĩa và trải đều.

Trộn đều quế và bơ đậu phộng, nhẹ nhàng đổ lên hỗn hợp sô cô la.

Rắc muối biển, sau đó đóng băng trong 20 phút. Cắt lát trước khi phục vụ.

20. Bom béo dừa hạnh nhân

Khẩu phần: 12

THÀNH PHẦN

VỎ TRÁI ĐẤT

- 4 ounce hạt mắc ca
- muối
- 4 muỗng canh bơ hạnh nhân

LỚP DỪA

- 1/4 c dừa nạo không đường
- 6 muỗng canh dầu dừa, tan chảy

LỚP Sôcôla

- 4 muỗng canh bột ca cao
- 2 muỗng canh dầu dừa
- stevia (hoặc tương đương), để nếm thử

HƯỚNG

Làm lớp vỏ bánh: Nghiền hoặc nghiền hạt mắc ca và muối cho đến khi nhuyễn mịn. Thêm bơ hạnh nhân và trộn. Nhấn hỗn hợp vào chảo hoặc đĩa nhỏ.

Làm lớp dừa: Trong một cái bát, khuấy đều dừa vụn và dầu dừa.

Phết hỗn hợp dừa lên lớp vỏ, vỗ nhẹ và đặt sang một bên.

Làm lớp sô cô la: Trộn bột ca cao vào dầu dừa cho đến khi mịn. Thêm stevia (hoặc tương đương) để nếm thử. Đổ sốt sô cô la lên trên lớp dừa. Làm mịn bằng thìa.

Đặt vào tủ lạnh hoặc tủ đông cho đến khi chắc, khoảng 1 đến 2 giờ.

21. Bốn quả bom béo gia vị

Khẩu phần: 6

THÀNH PHẦN

- 8 ounce pho mát neufchatel, làm mềm
- 1 muỗng cà phê stevia lỏng (hoặc tương đương)
- 1 muỗng cà phê gừng
- 1 muỗng canh quế
- 1/2 muỗng cà phê đinh hương, xay
- 1/2 muỗng cà phê hạt nhục đậu khấu
- 3/4 c dầu dừa

HƯỚNG

Cho tất cả nguyên liệu vào máy xay thực phẩm - ngoại trừ dầu dừa.

Xử lý từ từ, đổ dầu dừa vào pho mát kem cuối cùng. Lưu ý: Đổ RẤT từ từ thành một dòng loãng.

Chia thành 6 phần nhỏ và vo tròn. Làm lạnh trong 15 phút và phủ một ít sô cô la đen tan chảy, không đường hoặc đen lên trên.

Đặt lại vào tủ lạnh cho đến khi sẵn sàng để ăn.

22. Bom dừa bơ đậu phộng sô cô la

Khẩu phần: 10

THÀNH PHẦN

- 3/4 c dầu dừa
- 1/4 c bột ca cao
- 1/4 c bơ đậu phộng
- stevia lỏng (hoặc tương đương), để nếm

HƯỚNG

Đun nóng dầu dừa cho đến khi tan chảy. Chia cho ba bát.

Trong một bát, khuấy bột ca cao cho đến khi hòa tan hoàn toàn. Thêm stevia lỏng để nếm thử.

Trong một bát khác, thêm bơ đậu phộng vào dầu dừa và trộn cho đến khi mịn. Thêm stevia để hương vị.

Trong bát cuối cùng, thêm 1 muỗng cà phê dầu dừa và stevia để nếm thử.

Để làm bom béo phục vụ một lần, hãy sử dụng khuôn vuông hoặc cốc muffin. Chia dầu có hương vị sô cô la trong 10 cốc nhỏ. Đặt hỗn hợp vào tủ lạnh cho đến khi cứng lại, khoảng 10 phút.

Đổ hỗn hợp bơ đậu phộng lên trên lớp sô cô la. Quay trở lại tủ lạnh để thiết lập.

Khi đã chắc, lấy khuôn ra khỏi tủ lạnh và đổ lớp dừa trong còn lại lên trên bơ đậu phộng. Chill cho đến khi sẵn sàng phục vụ.

Tùy chọn: Rắc dừa vụn hoặc các loại hạt xắt nhỏ.

23. Vỏ quả bom béo dừa nướng

Khẩu phần: 6

THÀNH PHẦN

- 5 ounce dầu dừa
- 3 ounce sô cô la nướng không đường
- 3 ounce bơ không ướp muối
- 1 1/2 muỗng canh bột ca cao
- 1/4 muỗng cà phê muối
- 3 muỗng canh dừa bào không đường (vảy lớn)
- stevia lỏng (hoặc tương đương), để nếm

HƯỚNG

Nướng dừa nạo lớn không đường trong lò nướng ở nhiệt độ 350 F trên khay nướng, kiểm tra thường xuyên.

Đun chảy dầu dừa, sô cô la đen không đường và bơ không muối trong lò vi sóng ở nhiệt độ trung bình trong khoảng 1 phút 40 giây.

Thêm bột ca cao và muối. Khuấy đều và nêm ngọt vừa ăn. (Joan đã sử dụng hỗn hợp bột Swerve và 12 giọt sucralose để làm ngọt.)

Đổ lên một tấm bánh quy bọc nhựa trong vũng nước. Nhấn vụn dừa vào sô cô la.

Đặt vào tủ lạnh cho đến khi cứng lại.

24. Bom béo Pecan nhồi bông

Khẩu phần: 1

THÀNH PHẦN

- 4 nửa quả hồ đào
- 1/2 muỗng cà phê bơ không ướp muối
- 1 oz pho mát neufchatel
- nhúm muối biển

HƯỚNG

Nướng hồ đào trong lò ở 350 F trong 8 đến 10 phút. Đặt sang một bên và để nguội.

Làm mềm bơ và pho mát kem, thêm hương vị, gia vị, thảo mộc hoặc rau yêu thích của bạn và trộn đều cho đến khi mịn và kem.

Phết hỗn hợp pho mát kem bơ vào giữa hai nửa quả hồ đào.

Rắc muối biển và thưởng thức.

25. Bom bơ bí ngô béo

Khẩu phần: 6

THÀNH PHẦN

- 8 muỗng canh bơ không ướp muối
- 4 muỗng canh dầu dừa
- 1/2 quả bí đỏ
- gừng, để hương vị
- đinh hương, để hương vị
- hạt nhục đậu khấu, để hương vị
- quế, hương vị
- stevia lỏng (hoặc tương đương), để nếm

HƯỚNG

Đun chảy dầu dừa trong lò vi sóng cho đến khi hóa lỏng và nóng. Thêm bơ và đánh đều bằng nĩa cho đến khi hòa quyện.

Tiếp tục đánh và khuấy trong bí ngô cho đến khi mịn và kem. Thêm stevia, gia vị và khuấy đều.

Thả từng thìa trên giấy da và đặt trong tủ lạnh cho đến khi cứng lại, khoảng 10 phút.

Lấy ra khỏi tủ lạnh, vo hỗn hợp bom béo thành những viên tròn cỡ 1 inch và đặt ngay trở lại tủ lạnh trong ít nhất một giờ.

26. Bom dừa nhiều lớp sô cô la

Khẩu phần: 12

THÀNH PHẦN

- 2 c dừa vụn
- 1 c dầu dừa
- 4 ounce pho mát neufchatel
- 2 muỗng canh bột ca cao
- stevia (hoặc tương đương), để nếm thử
- 1/4 muỗng cà phê quế
- muối biển, nhúm

HƯỚNG

Đun nóng dầu dừa trên lửa vừa và thêm dừa vụn, quế, một chút muối và cỏ ngọt (hoặc chất làm ngọt tùy chọn).

Lót một cái chảo nông bằng giấy sáp (hoặc giấy bạc) và đổ hỗn hợp dầu dừa vào. Nhấn nó xuống, tạo một lớp rắn.

Đặt chảo vào ngăn đá cho đến khi hỗn hợp cứng lại.

Lấy ra khỏi tủ đông. Đun chảy bột ca cao và pho mát kem rồi đổ lên trên.

Đặt trở lại tủ đông trong 10 đến 15 phút.

Sau khi rắn, cắt thành hình vuông hoặc chia tay và thưởng thức! Bảo quản phần còn lại trong tủ lạnh.

27. Bom béo bánh phô mai chanh

Khẩu phần: 12

THÀNH PHẦN

- 1/4 c dầu dừa, tan chảy
- 4 muỗng canh bơ không ướp muối, làm mềm
- 4 ounce pho mát kem, làm mềm
- 1 muỗng canh vỏ chanh, bào mịn
- 1 muỗng cà phê nước cốt chanh
- chiết xuất chanh, tùy chọn
- Stevia (hoặc tương đương), để nếm thử

HƯỚNG

Trộn tất cả các thành phần bằng máy trộn cầm tay cho đến khi mịn.

Đổ vào lót cupcake, hộp thiếc hoặc khuôn.

Đóng băng cho đến khi cứng lại - ít nhất vài giờ, tốt nhất là qua đêm.

Rắc vỏ chanh.

28. Dâu tây Mocha Xoáy béo

Khẩu phần: 12

THÀNH PHẦN

- 4 muỗng canh bơ không ướp muối
- 4 muỗng canh dầu dừa
- 2 muỗng canh bột ca cao
- 1/4 muỗng cà phê stevia lỏng (hoặc tương đương)

XOAY DÂU TÂY

- 1 muỗng canh bơ không ướp muối
- 1 muỗng canh dầu dừa
- 1 muỗng canh kem nặng
- 1/4 c dâu tây
- 1/4 muỗng cà phê stevia lỏng (hoặc tương đương)

HƯỚNG

SÔ CÔ LA:

Làm mềm bơ trong lò vi sóng, sau đó để nguội một chút. Thêm dầu dừa, bột ca cao và cỏ ngọt vào bơ tan chảy, trộn bằng máy xay cầm tay. Để qua một bên.

XOAY DÂU TÂY:

Nghiền dâu tây và thêm kem nặng. Lò vi sóng 10 giây (cho đến khi ấm) và đặt sang một bên. Đun chảy bơ và thêm hỗn hợp dâu tây ấm, dầu dừa và cỏ ngọt. Sử dụng máy xay sinh tố hoặc đánh nhanh.

HỘI,, TỔ HỢP:

Đổ hỗn hợp chocolate vào khuôn hoặc khuôn lót cupcake. Thêm dâu tây vào giữa quả bom béo của bạn và xoáy bằng tăm.

Đóng băng trong 20 phút, sau đó lấy những quả bom béo ra khỏi khuôn. Lưu trữ trong hộp kín trong tủ đông.

29. Quả bom bơ hạt óc chó

Khẩu phần: 8

THÀNH PHẦN

- 4 muỗng canh bơ không ướp muối
- 1/2 c bơ hạnh nhân
- 1/2 c dầu dừa
- 6 giọt stevia lỏng (hoặc tương đương)
- muối biển
- 2 muỗng canh quả óc chó, xắt nhỏ
- sô cô la đen, tan chảy (tùy chọn - thêm carbs)

HƯỚNG

Kết hợp tất cả các thành phần trong một đĩa hoặc bát nhỏ và làm ấm trong lò vi sóng trong 30 giây. Đánh đều cho đến khi trộn đều.

Đổ vào lót cupcake, hộp thiếc hoặc khuôn muffin và đặt vào tủ đá cho đến khi cứng lại, khoảng một giờ.

Trước khi phục vụ, phủ sô cô la đen hoặc sô cô la đen và quả óc chó lên trên.

30. Thanh dừa vani

Khẩu phần: 6

THÀNH PHẦN

- 1 c dừa nạo không đường, bào sợi
- 1/4 c nước
- 1-2 giọt stevia (tùy chọn)
- 2 muỗng canh dầu dừa
- 1/2 muỗng cà phê chiết xuất vani
- 1/8 muỗng cà phê muối

HƯỚNG

Kết hợp tất cả các thành phần trong một bộ xử lý thực phẩm.

Nhấn hỗn hợp vào đáy của bất kỳ vật chứa nhỏ nào (7"×5" hoạt động rất tốt).

Làm lạnh 1 giờ (hoặc đóng băng 15 phút) trước khi cắt. Bảo quản trong tủ lạnh hoặc tủ đông (kéo dài vài tuần).

31. Bacon jalapeño bóng

THÀNH PHẦN:

- 5 lát thịt xông khói không đường, nấu chín, để dành mỡ
- 1/4 chén cộng với 2 muỗng canh (3 ounces) pho mát kem
- 2 muỗng canh mỡ thịt xông khói
- 1 muỗng cà phê ớt jalapeño bỏ hạt và thái nhỏ
- 1 muỗng canh rau mùi thái nhỏ

HƯỚNG:

Trên thớt, cắt thịt xông khói thành những miếng nhỏ.

Trong một bát nhỏ, kết hợp phô mai kem, mỡ thịt xông khói, jalapeño và ngò; trộn đều bằng nĩa.

Tạo hỗn hợp thành 6 quả bóng.

Đặt miếng thịt xông khói vụn lên một đĩa vừa và lăn từng viên qua để phủ đều.

Phục vụ ngay lập tức hoặc làm lạnh tối đa 3 ngày.

32. quả bơ prosciutto

THÀNH PHẦN:

- 1/2 chén hạt mắc ca
- 1/2 quả bơ lớn, bóc vỏ và rỗ (khoảng 4 ounce bột giấy)
- 1 ounce prosciutto nấu chín, vỡ vụn
- 1/4 muỗng cà phê tiêu đen

HƯỚNG:

Trong một bộ xử lý thực phẩm nhỏ, xay hạt mắc ca cho đến khi vỡ vụn đều. Chia đôi.

Trong một bát nhỏ, kết hợp bơ, một nửa hạt mắc ca, vụn prosciutto và hạt tiêu rồi trộn đều bằng nĩa.

Tạo hỗn hợp thành 6 quả bóng.

Đặt các hạt mắc ca đã vụn còn lại lên một đĩa vừa và lăn từng viên qua để phủ đều.

Phục vụ ngay lập tức.

33. bóng nướng

THÀNH PHẦN:

- 4 ounces (1/2 chén) pho mát kem
- 4 muỗng canh mỡ thịt xông khói
- 1/2 muỗng cà phê hương vị khói
- 2 giọt stevia glycerite
- 1/8 muỗng cà phê giấm táo
- 1 muỗng canh bột ớt hun khói ngọt

HƯỚNG:

Trong một bộ xử lý thực phẩm nhỏ, chế biến tất cả các thành phần trừ bột ớt cho đến khi chúng tạo thành một loại kem mịn, khoảng 30 giây.

Cạo hỗn hợp và chuyển vào một cái bát nhỏ, sau đó làm lạnh trong 2 giờ.

Tạo thành 6 quả bóng với sự trợ giúp của thìa.

Rắc bột ớt lên các viên bột, lăn tròn cho bột phủ đều các mặt.

Phục vụ ngay lập tức hoặc làm lạnh tối đa 3 ngày.

34. Bacon phong pancake bóng

THÀNH PHẦN:

- 5 lát thịt xông khói không thêm đường, nấu chín
- 4 ounces (1/2 chén) pho mát kem
- 1/2 muỗng cà phê hương phong
- 1/4 muỗng cà phê muối
- 3 muỗng canh hồ đào nghiền

HƯỚNG:

Trên thớt, cắt thịt xông khói thành những miếng nhỏ.

Trong một bát nhỏ, kết hợp pho mát kem và thịt xông khói vụn với hương vị phong và muối; trộn đều bằng nĩa.

Tạo hỗn hợp thành 6 quả bóng.

Đặt những quả hồ đào đã nghiền lên một đĩa vừa và lăn từng viên qua để phủ đều.

Phục vụ ngay lập tức hoặc làm lạnh tối đa 3 ngày.

35. quả bóng nắng

THÀNH PHẦN:

- 6 muỗng canh phô mai mascarpone
- 3 muỗng canh bơ hạt hướng dương không thêm đường
- 6 muỗng canh dầu dừa, làm mềm
- 3 muỗng canh dừa vụn không đường

HƯỚNG:

Trong một bát vừa, trộn phô mai mascarpone, bơ hạt hướng dương và dầu dừa cho đến khi tạo thành một hỗn hợp mịn.

Hình dán thành những quả bóng cỡ quả óc chó. Nếu hỗn hợp quá dính, hãy cho vào tủ lạnh 15 phút trước khi tạo hình.

Trải dừa bào sợi lên một đĩa vừa và lăn từng viên dừa qua để phủ đều.

36. hành tây cắn Brazil

THÀNH PHẦN:

- 1 củ hành tây nhỏ 1/4 theo chiều dọc
- 6 muỗng xốt Mayonnaise
- Muối và tiêu
- 6 lát bánh mì -- loại bỏ lớp vỏ
- 3 muỗng canh phô mai Parmesan - nạo

HƯỚNG:

a) Làm nóng lò nướng ở nhiệt độ 350 độ. Trộn hành tây với 5 thìa sốt mayonnaise, muối và hạt tiêu cho vừa ăn. Để qua một bên. Phết 3 lát bánh mì lên một mặt với số sốt mayonnaise còn lại. Cắt chúng thành các phần tư.

b) Cắt 3 lát bánh mì còn lại thành các phần tư và trải đều từng ô vuông với hỗn hợp hành tây. Trên cùng với các ô bánh mì dành riêng, sốt mayonnaise lên trên. Đặt những thứ này lên một tấm nướng và rắc phô mai parmesan lên trên.

c) Nướng cho đến khi vàng nhẹ và hơi phồng lên, khoảng 15 phút. Phục vụ ngay lập tức.

37. banh pizza

THÀNH PHẦN:

- 1/4 cốc (2 ounce) phô mai mozzarella tươi
- 2 ounce (1/4 cốc) pho mát kem
- 1 muỗng canh dầu ô liu
- 1 muỗng cà phê bột cà chua
- 6 quả ô liu kalamata lớn, đọ sức
- 12 lá húng quế tươi

Hướng:

Trong một bộ xử lý thực phẩm nhỏ, xử lý tất cả các thành phần trừ húng quế cho đến khi chúng tạo thành một loại kem mịn, khoảng 30 giây.

Tạo hỗn hợp thành 6 quả bóng với sự trợ giúp của thìa.

Đặt 1 lá húng quế lên trên và dưới mỗi quả bóng và cố định bằng tăm.

Phục vụ ngay lập tức hoặc làm lạnh tối đa 3 ngày.

38. quả bóng ô liu và feta

THÀNH PHẦN:

- 2 ounce (1/4 cốc) pho mát kem
- 1/4 cốc (2 ounce) phô mai feta
- 12 quả ô liu kalamata lớn, đọ sức
- 1/8 muỗng cà phê húng tây tươi thái nhỏ
- 1/8 muỗng cà phê vỏ chanh tươi

HƯỚNG:

a) Trong một bộ xử lý thực phẩm nhỏ, xử lý tất cả các thành phần cho đến khi chúng tạo thành một khối bột thô, khoảng 30 giây.

b) Cạo hỗn hợp và chuyển vào một cái bát nhỏ, sau đó làm lạnh trong 2 giờ.

c) Tạo thành 6 quả bóng với sự trợ giúp của thìa.

d) Phục vụ ngay lập tức hoặc làm lạnh tối đa 3 ngày.

39. Quả phỉ Brie

THÀNH PHẦN:

- 1/2 cốc (4 ounce) Brie
- 1/4 chén quả phỉ nướng
- 1/8 muỗng cà phê húng tây tươi thái nhỏ

HƯỚNG:

a) Trong một bộ xử lý thực phẩm nhỏ, xử lý tất cả các thành phần cho đến khi chúng tạo thành một khối bột thô, khoảng 30 giây.

b) Cạo hỗn hợp, chuyển vào một cái bát nhỏ và để trong tủ lạnh 2 giờ.

c) Tạo thành 6 quả bóng với sự trợ giúp của thìa.

d) Phục vụ ngay lập tức hoặc làm lạnh tối đa 3 ngày.

40. cá ngừ viên cà ri

THÀNH PHẦN:

- $^{1}/_{4}$chén cộng với 2 muỗng canh (3 ounces) cá ngừ trong dầu, để ráo nước
- 2 ounce ($^{1}/_{4}$cốc) pho mát kem
- $^{1}/_{4}$muỗng cà phê bột cà ri, chia
- 2 muỗng canh hạt mắc ca vụn

HƯỚNG:

a) Trong một máy xay thực phẩm nhỏ, chế biến cá ngừ, pho mát kem và một nửa bột cà ri cho đến khi chúng tạo thành một loại kem mịn, khoảng 30 giây.

b) Tạo hỗn hợp thành 6 quả bóng.

c) Đặt hạt macadamia đã vụn và bột cà ri còn lại vào một đĩa vừa và lăn từng viên qua để phủ đều.

41. bom thịt lợn

THÀNH PHẦN:

- 8 lát thịt xông khói không thêm đường
- 8 ounce Braunschweiger ở nhiệt độ phòng
- 1/4 chén quả hồ trăn xắt nhỏ
- 6 ounces (3/4 cốc) pho mát kem, để mềm ở nhiệt độ phòng
- 1 muỗng cà phê mù tạt Dijon

HƯỚNG:

g) Nấu thịt xông khói trong chảo vừa trên lửa vừa cho đến khi giòn, 5 phút mỗi mặt. Xả trên khăn giấy và để nguội. Sau khi nguội, vỡ vụn thành những miếng có kích thước bằng miếng thịt xông khói.

h) Đặt Braunschweiger cùng với quả hồ trăn vào máy xay thực phẩm nhỏ và xay cho đến khi vừa kết hợp.

i) Trong một bát trộn nhỏ, sử dụng máy xay sinh tố cầm tay để đánh kem phô mai và mù tạt Dijon cho đến khi kết hợp và mịn.

j) Chia hỗn hợp thịt thành 12 phần bằng nhau. Vo thành những viên tròn và phủ một lớp mỏng hỗn hợp kem phô mai.

k) Làm lạnh ít nhất 1 giờ. Khi đã sẵn sàng để phục vụ, đặt các miếng thịt xông khói lên một đĩa vừa, lăn các viên qua để phủ đều và thưởng thức.

l) Bom béo có thể được làm lạnh trong hộp kín tối đa 4 ngày.

42. Caramel mặn và bi brie

THÀNH PHẦN:

- 1/2 cốc (4 ounce) Brie xắt nhỏ
- 1/4 chén hạt mắc ca muối
- 1/2 muỗng cà phê hương caramel

HƯỚNG:

a) Trong một bộ xử lý thực phẩm nhỏ, xử lý tất cả các thành phần cho đến khi chúng tạo thành một khối bột thô, khoảng 30 giây.

b) Tạo hỗn hợp thành 6 quả bóng với sự trợ giúp của thìa.

c) Phục vụ ngay lập tức hoặc làm lạnh tối đa 3 ngày.

43. Thịt viên tiệc cocktail

THÀNH PHẦN:

- $\frac{1}{4}$ chén phô mai không béo
- 2 Lòng trắng trứng
- 2 muỗng cà phê nước sốt Worrouershire
- $\frac{1}{2}$ chén Cộng với 2 muỗng canh vụn bánh mì
- 8 ounce ức gà tây xay
- 6 lạng xúc xích Thổ Nhĩ Kỳ; loại bỏ khỏi vỏ bọc
- 2 muỗng canh Hành băm
- 2 muỗng canh ớt xanh băm nhỏ
- $\frac{1}{2}$ chén rau mùi tây tươi và lá cần tây

HƯỚNG:

a) Xịt một tờ cookie bằng bình xịt chống dính và đặt sang một bên.

b) Trong một bát lớn, khuấy đều phô mai, lòng trắng trứng, sốt Worrouershire và $\frac{1}{2}$ chén vụn bánh mì. Khuấy ức gà tây, xúc xích gà tây, hành tây và ớt xanh.

c) Định hình hỗn hợp gia cầm thành 32 viên thịt. Trên một tờ giấy sáp, kết hợp rau mùi tây, lá cần tây và 2 muỗng canh vụn bánh mì còn lại. Lăn thịt viên trong hỗn hợp mùi tây cho đến khi phủ đều.

d) Chuyển thịt viên vào tấm cookie đã chuẩn bị. Nướng cách nhiệt từ 3 đến 4 inch trong 10 đến 12 phút.

44. Cocktail phô mai viên

THÀNH PHẦN:

- 8 ounces phô mai, làm mềm
- $\frac{1}{4}$ cốc sữa chua nguyên chất không béo
- 4 ounce Phô mai cheddar bào nhỏ
- 4 ounce Phô mai Thụy Sĩ ít béo cắt nhỏ
- 2 muỗng cà phê Hành tây bào
- 2 muỗng cà phê cải ngựa đã chuẩn bị
- 1 muỗng cà phê Dijon Mustard kiểu nông thôn
- $\frac{1}{4}$ chén mùi tây tươi xắt nhỏ

HƯỚNG:

a) Kết hợp phô mai và sữa chua trong một bát trộn lớn; đánh ở tốc độ trung bình của máy trộn điện cho đến khi mịn. Thêm phô mai cheddar và 4 thành phần tiếp theo; khuấy đều. Che và làm lạnh ít nhất 1 giờ.

b) Định hình hỗn hợp phô mai thành một quả bóng và rắc rau mùi tây. Nhấn nhẹ rau mùi tây vào quả bóng phô mai. Bọc quả bóng phô mai trong bọc nhựa nặng và làm lạnh. Phục vụ với các loại bánh quy giòn không ướp muối.

45. nụ hôn trái tim trứng cá muối

THÀNH PHẦN:

- 1 quả dưa chuột, rửa sạch và tỉa
- 1/3 chén kem chua
- 1 ts Thì là khô
- Hạt tiêu đen mới xay để nếm
- 1 hũ trứng cá hồi đỏ
- nhánh thì là tươi
- 8 lát mỏng bánh mì nguyên cám
- Bơ hoặc bơ thực vật

HƯỚNG:

a) Cắt dưa chuột thành những viên tròn 1/4 inch.

b) Trong một bát nhỏ, kết hợp kem chua, thì là khô và hạt tiêu. Đặt một muỗng cà phê hỗn hợp kem chua trên mỗi lát dưa chuột. Trang trí mỗi món với khoảng 1/2 thìa cà phê trứng cá muối và một nhánh thì là.

c) Cắt lát bánh mì bằng khuôn cắt bánh quy hình trái tim. Bánh mì nướng và bơ. Đặt các lát dưa chuột vào giữa đĩa phục vụ và bao quanh bằng trái tim bánh mì nướng.

2. Burrito cắn

THÀNH PHẦN:

- 1 lon cà chua thái hạt lựu
- 1 chén cơm ăn liền
- ⅓ cốc nước
- 1 quả ớt xanh, thái hạt lựu
- 2 Hành lá, thái lát
- 2 chén Phô mai cheddar cắt nhỏ, chia
- 1 lon Đậu chiên kiểu Ranch (16 oz)
- 10 Bánh bột mì (6-7")
- 1 chén salsa

HƯỚNG:

a) Làm nóng lò ở 350'F. Xịt một đĩa nướng 9x12" với PAM; đặt sang một bên.

b) Trong một cái chảo vừa, trộn gạo và nước; đun sôi.

c) Giảm nhiệt, đậy nắp và đun nhỏ lửa trong 1 phút. Tắt bếp và để yên trong 5 phút hoặc cho đến khi tất cả chất lỏng được hấp thụ. Khuấy hạt tiêu, hành tây và 1 chén pho mát.

d) Rải khoảng 3 muỗng canh đậu lên mỗi bánh tortilla trong vòng $\frac{1}{8}$" tính từ mép. Lớp hỗn hợp cơm lên trên đậu; cuộn lại. Đặt mặt có đường may úp xuống trong đĩa nướng đã chuẩn bị; đậy bằng giấy bạc.

e) Nướng trong lò làm nóng trước 25 phút hoặc cho đến khi nóng. Cắt bánh tortillas thành 4 miếng và đặt lên đĩa. Top với salsa và pho mát. Top với salsa và pho mát. Quay trở lại lò nướng và nướng 5 phút hoặc cho đến khi phô mai tan chảy.

46. cắn hạt gà

THÀNH PHẦN:

- 1 chén nước dùng gà
- $\frac{1}{2}$ chén bơ
- 1 chén bột mì
- 1 muỗng canh mùi tây
- 2 muỗng cà phê muối nêm
- 2 muỗng cà phê sốt Worrouershire
- 34 muỗng cà phê hạt cần tây
- $\frac{1}{2}$ thìa ớt bột
- $\frac{1}{8}$ muỗng cà phê Cayenne
- 4 quả trứng lớn
- 2 Ức gà luộc, lột da
- $\frac{1}{4}$ chén hạnh nhân nướng

HƯỚNG:

a) Làm nóng lò ở 400 độ. Trong một cái chảo nặng, kết hợp nước dùng và bơ, đun sôi. Đánh đều bột mì và gia vị.

b) Nấu, khuấy nhanh, cho đến khi hỗn hợp rời khỏi thành chảo và tạo thành một khối mịn, nhỏ gọn. Loại bỏ nhiệt. Thêm từng quả trứng vào, đánh đều cho đến khi hỗn hợp bóng. Khuấy thịt gà và hạnh nhân.

c) Thả từng thìa cà phê tròn lên tấm nướng đã được bôi mỡ. Nướng trong 15 phút. Đóng băng sau khi nướng.

47. ngón tay gà trâu

THÀNH PHẦN:

- 2 chén bột hạnh nhân
- 1 muỗng cà phê muối
- 1 muỗng cà phê tiêu đen
- 1 muỗng cà phê mùi tây khô
- 2 quả trứng lớn
- 2 muỗng canh nước cốt dừa đóng hộp đầy đủ chất béo
- 2 pound thịt gà
- 11/2 chén nước sốt Buffalo nóng đỏ của Frank

HƯỚNG:

a) Làm nóng lò ở 350°F.

b) Kết hợp bột hạnh nhân, muối, hạt tiêu và rau mùi tây trong một bát vừa và đặt sang một bên.

c) Đánh trứng và nước cốt dừa với nhau trong một bát vừa riêng biệt.

d) Nhúng từng miếng thịt gà mềm vào hỗn hợp trứng rồi phủ đều với hỗn hợp bột hạnh nhân. Sắp xếp các miếng thầu đã tráng thành một lớp duy nhất trên khay nướng.

e) Nướng 30 phút, lật một lần trong khi nấu. Lấy ra khỏi lò và để nguội 5 phút.

f) Cho thịt gà vào tô lớn và thêm nước sốt trâu. Quăng để phủ hoàn toàn.

48. Bánh mì thịt nướng xốp

THÀNH PHẦN:

- 1 pound thịt bò xay
- 1 chén rau bina xắt nhỏ
- 1 quả trứng lớn, đánh nhẹ
- 1/2 chén phô mai mozzarella bào nhỏ
- 1/4 chén phô mai Parmesan bào
- 1/4 chén hành vàng xắt nhỏ
- 2 muỗng canh hạt tiêu jalapeño hạt và băm nhỏ

HƯỚNG:

a) Làm nóng lò ở 350°F. Bôi nhẹ từng giếng của hộp bánh nướng xốp.

b) Kết hợp tất cả các thành phần trong bát lớn và sử dụng tay của bạn để trộn.

c) Múc một phần hỗn hợp thịt bằng nhau vào từng hộp bánh nướng xốp và ấn nhẹ xuống. Nướng 45 phút hoặc cho đến khi nhiệt độ bên trong đạt 165°F.

49. miếng bơ thịt xông khói

THÀNH PHẦN:

- 2 quả bơ lớn, bóc vỏ và rỗ
- 8 lát thịt xông khói không thêm đường
- 1/2 muỗng cà phê muối tỏi

HƯỚNG:

a) Làm nóng lò ở nhiệt độ 425°F. Lót một tờ cookie bằng giấy da.

b) Cắt mỗi quả bơ thành 8 lát có kích thước bằng nhau, tổng cộng là 16 lát.

c) Cắt từng miếng thịt xông khói làm đôi. Quấn nửa lát thịt xông khói quanh mỗi miếng bơ. Rắc muối tỏi.

d) Đặt quả bơ trên tấm cookie và nướng 15 phút. Bật lò nướng ở chế độ nướng và tiếp tục nấu thêm 2-3 phút nữa cho đến khi thịt xông khói trở nên giòn.

50. miếng bánh pizza

THÀNH PHẦN:

- 24 lát pepperoni không đường
- 1/2 chén sốt marinara
- 1/2 chén phô mai mozzarella bào nhỏ

HƯỚNG:

a) Bật lò nướng thịt.

b) Lót một tấm nướng bằng giấy da và xếp các lát pepperoni thành một lớp.

c) Cho 1 thìa cà phê nước sốt marinara lên từng lát xúc xích và dùng thìa dàn đều. Thêm 1 muỗng cà phê phô mai mozzarella lên trên marinara.

d) Đặt khay nướng vào lò nướng và nướng trong 3 phút hoặc cho đến khi phô mai tan chảy và có màu hơi nâu.

e) Lấy ra khỏi khay nướng và chuyển sang khay nướng có lót khăn giấy để thấm dầu mỡ thừa.

51. Thịt xông khói và hành lá cắn

THÀNH PHẦN:

- 1/3 chén bột hạnh nhân
- 1 muỗng canh bơ không ướp muối, tan chảy
- 1 (8-ounce) gói phô mai kem, để mềm ở nhiệt độ phòng
- 1 muỗng canh mỡ thịt xông khói
- 1 trứng lớn
- 4 lát thịt xông khói không thêm đường, nấu chín, để nguội và cắt thành miếng nhỏ
- 1 củ hành lá lớn, chỉ ngọn, thái lát mỏng
- 1 tép tỏi, băm nhỏ
- 1/8 muỗng cà phê tiêu đen

HƯỚNG:

a) Làm nóng lò ở nhiệt độ 325°F.

b) Trong một bát trộn nhỏ, kết hợp bột hạnh nhân và bơ.

c) Xếp 6 cốc của hộp bánh nướng xốp cỡ tiêu chuẩn có lót bánh nướng nhỏ. Chia đều hỗn hợp bột hạnh nhân giữa các cốc và ấn nhẹ vào đáy bằng mặt sau của thìa cà phê. Nướng trong lò 10 phút, sau đó lấy ra.

d) Trong khi lớp vỏ đang nướng, trộn kỹ phô mai kem và mỡ thịt xông khói trong một bát trộn vừa bằng máy trộn cầm tay. Thêm trứng và trộn cho đến khi kết hợp.

e) Dùng thìa trộn thịt xông khói, hành tây, tỏi và hạt tiêu vào hỗn hợp kem phô mai.

f) Chia hỗn hợp vào các cốc, quay trở lại lò nướng và nướng thêm 30-35 phút nữa cho đến khi pho mát đông lại. Các cạnh có thể hơi nâu. Để kiểm tra độ chín, cắm tăm vào giữa. Nếu thấy sạch là bánh đã chín.

g) Để nguội 5 phút và phục vụ.

52. Thịt gà bọc thịt xông khói

THÀNH PHẦN:

- 3/4 pound ức gà không xương, không da, cắt thành khối 1 inch
- 1/2 thìa cà phê muối
- 1/2 muỗng cà phê tiêu đen
- 5 lát thịt xông khói không thêm đường

HƯỚNG:

a) Làm nóng lò ở nhiệt độ 375°F.

b) Quăng gà với muối và hạt tiêu.

c) Cắt mỗi lát thịt xông khói thành 3 miếng và bọc từng miếng thịt gà trong miếng thịt xông khói. Cố định bằng tăm.

d) Đặt gà đã bọc lên vỉ nướng và nướng trong 30 phút, lật mặt giữa chừng khi nấu. Bật lò nướng và nướng trong 3-4 phút hoặc cho đến khi thịt xông khói giòn.

53. Thịt xông khói-hàu cắn

THÀNH PHẦN:

- 8 lát thịt xông khói
- ½ chén gia vị Herbed
- 1 lon (5-oz) hàu; băm nhỏ
- ¼ chén nước

HƯỚNG:

a) Làm nóng lò ở 350ø. Cắt lát thịt xông khói làm đôi và nấu nhẹ. KHÔNG VƯỢT QUÁ.

b) Thịt xông khói phải đủ mềm để cuộn dễ dàng quanh quả bóng. Kết hợp nhồi, hàu và nước.

c) Vo tròn thành những viên vừa ăn, khoảng 16 viên.

d) Bọc quả bóng trong thịt xông khói. Nướng ở 350ø trong 25 phút. Phục vụ ấm áp.

54. súp lơ trâu cắn

THÀNH PHẦN:

- 1 chén bột hạnh nhân
- 1 muỗng cà phê tỏi băm nhỏ
- 1/2 muỗng cà phê mùi tây khô
- 1/2 thìa cà phê muối
- 1 trứng lớn
- 1 súp lơ đầu lớn, cắt thành những bông hoa vừa ăn
- 1/2 chén nước sốt nóng đỏ của Frank
- 1/4 chén ghee

HƯỚNG:

a) Làm nóng lò ở 400°F. Dòng một tấm nướng bánh bằng giấy giấy da.

b) Cho bột hạnh nhân, tỏi, rau mùi tây và muối vào một túi nhựa lớn có thể bịt kín và lắc để trộn đều.

c) Đánh trứng trong một bát lớn. Thêm súp lơ và quăng để phủ hoàn toàn.

d) Chuyển súp lơ sang túi chứa đầy hỗn hợp bột hạnh nhân và quăng lên áo khoác.

e) Xếp súp lơ thành một lớp trên khay nướng và nướng trong 30 phút hoặc cho đến khi mềm và hơi chuyển sang màu nâu.

f) Trong khi súp lơ đang nướng, kết hợp nước sốt nóng và ghee trong một cái chảo nhỏ trên lửa nhỏ.

g) Khi súp lơ đã chín, trộn súp lơ với hỗn hợp nước sốt nóng trong một bát trộn lớn và trộn đều.

55. Sô cô la ớt Churros nhỏ

THÀNH PHẦN:

- 1 ly nước
- 1/2 chén dầu dừa hoặc bơ thuần chay
- 1 chén bột mì
- 1/4 muỗng cà phê muối
- 3 quả trứng đánh tan
- Hỗn hợp đường quế
- 1/2 chén đường1 muỗng canh quế

HƯỚNG:

f) Làm nóng lò trước ở nhiệt độ 400. Cho nước, dầu dừa/bơ và muối vào nồi và đun sôi.

g) Đánh bột, khuấy nhanh cho đến khi hỗn hợp biến thành một quả bóng.

h) Cho trứng vào từ từ từng chút một, trộn liên tục để trứng không bị vón cục.

i) Để bột nguội một chút rồi chuyển sang túi bắt kem.

j) Vuốt churros dài 3 inch thành hàng trên khay nướng đã bôi mỡ của bạn.

k) Nướng trong lò 10 phút ở 400 độ rồi nướng ở nhiệt độ cao trong 1-2 phút cho đến khi churros của bạn có màu vàng nâu.

l) Trong khi đó, trộn đều quế và đường trong một đĩa nhỏ.

m) Sau khi churros ra khỏi lò, lăn chúng vào hỗn hợp quế và đường cho đến khi được phủ hoàn toàn. Để qua một bên.

56. Bouillabaisse cắn

THÀNH PHẦN:

- 24 con vừa Tôm -- bóc vỏ và
- có rãnh
- 24 con vừa Sò biển
- 2 chén nước sốt cà chua
- 1 lon nghêu bằm (6-1/2 oz)
- 1 muỗng canh Pernod
- 20 Mililit
- 1 lá nguyệt quế
- 1 muỗng cà phê húng quế
- ½ muỗng cà phê muối
- ½ muỗng cà phê tiêu xay tươi
- Tỏi, băm nhỏ
- Nghệ tây

HƯỚNG:

a) Xiên tôm và sò điệp vào xiên tre 8 inch, mỗi xiên dùng 1 con tôm và 1 sò điệp; quấn đuôi tôm quanh sò điệp.

b) Trộn nước sốt cà chua, nghêu, Pernod, tỏi, lá nguyệt quế, húng quế, muối, hạt tiêu và nghệ tây với nhau trong chảo. Đun sôi hỗn hợp.

c) Xếp xiên cá vào đĩa nướng nông.

d) Rưới sốt lên xiên. Nướng, không đậy nắp, ở 350 độ trong 25 phút. làm cho 24

57. cốc súp lơ

THÀNH PHẦN:

- 11/2 chén cơm súp lơ
- 1/4 chén hành tây thái hạt lựu
- 1/2 chén pho mát hạt tiêu vụn
- 1/2 muỗng cà phê oregano khô
- 1/2 muỗng cà phê húng quế khô
- 1/2 thìa cà phê muối
- 1 quả trứng lớn, đánh nhẹ

HƯỚNG:

a) Làm nóng lò ở 350°F.

b) Kết hợp tất cả các thành phần trong một bát trộn lớn và khuấy đều để kết hợp.

c) Múc hỗn hợp vào các lỗ của hộp bánh muffin nhỏ và gói nhẹ.

d) Nướng 30 phút hoặc cho đến khi cốc bắt đầu giòn. Để nguội một chút và lấy ra khỏi hộp thiếc.

58. Cốc Mac và phô mai

THÀNH PHẦN:

- 8 oz mì ống khuỷu tay
- 2 muỗng canh bơ mặn
- 1/4 muỗng cà phê ớt bột (dùng ớt bột hun khói nếu bạn có)
- 2 muỗng canh bột mì
- 1/2 cốc sữa nguyên chất
- 8 oz phô mai cheddar sắc nét bào
- hẹ hoặc hành lá xắt nhỏ để trang trí
- bơ để bôi trơn chảo

HƯỚNG:

a) Bôi trơn chất chống dính: chảo muffin mini rất tốt với bơ hoặc chất chống dính: bình xịt nấu ăn. Làm nóng lò ở 400 độ F.

b) Đun sôi một nồi nước muối ở nhiệt độ cao, sau đó nấu mì ống trong thời gian ngắn hơn 2 phút so với ghi trên bao bì.

c) Đun chảy bơ và thêm ớt bột. Thêm bột và khuấy hỗn hợp xung quanh trong 2 phút. Trong khi đánh trứng, thêm sữa.

d) Lấy nồi ra khỏi bếp và thêm pho mát và mì ống đã ráo nước, khuấy đều cho đến khi pho mát và nước sốt được phân bổ đều.

e) Chia phần mac và pho mát của bạn vào các cốc bánh nướng xốp, bằng thìa hoặc muỗng 3 thìa bánh quy.

f) Nướng cốc mac và phô mai trong 15 phút, cho đến khi sủi bọt và dính.

59. ly bánh quiche Bologna

THÀNH PHẦN:

- 12 lát bologna
- 2 quả trứng
- ½ chén hỗn hợp bánh quy
- ½ chén Phô mai cắt nhỏ
- ¼ chén Gia vị ngâm chua ngọt
- 1 cốc sữa

HƯỚNG:

a) Đặt các lát bologna vào hộp bánh muffin đã được bôi mỡ nhẹ để tạo thành cốc.

b) Trộn các nguyên liệu còn lại với nhau. Đổ vào cốc bologna.

c) Nướng ở (400F) trong 20-25 phút hoặc cho đến khi vàng.

60. Muffin prosciutto cốc

THÀNH PHẦN:

- 1 lát prosciutto (khoảng 1/2 ounce)
- 1 lòng đỏ trứng vừa
- 3 muỗng canh Brie thái hạt lựu
- 2 muỗng canh phô mai mozzarella thái hạt lựu
- 3 muỗng canh phô mai Parmesan bào

HƯỚNG:

a) Làm nóng lò ở 350°F. Lấy hộp bánh nướng xốp có các lỗ rộng khoảng 21/2" và sâu 11/2".

b) Gấp lát prosciutto làm đôi để nó gần như hình vuông. Đặt nó trong hộp thiếc muffin để lót nó hoàn toàn.

c) Đặt lòng đỏ trứng vào cốc prosciutto.

d) Nhẹ nhàng thêm phô mai lên trên lòng đỏ trứng mà không làm vỡ.

e) Nướng khoảng 12 phút cho đến khi lòng đỏ chín và ấm nhưng vẫn chảy nước.

f) Để nguội 10 phút trước khi lấy ra khỏi hộp muffin.

61. cốc cải Brussels

THÀNH PHẦN:

- 12 củ cải Brussels cỡ vừa
- 6 ounce khoai tây vàng Yukon
- 2 muỗng canh Sữa gầy
- 1 muỗng canh dầu ô liu
- $\frac{1}{8}$ muỗng cà phê muối
- 2 ounces cá hồi hun khói, lột da
- 1 ớt đỏ rang, cắt thành dải 2 inch x 1/8 inch

HƯỚNG:

a) Lò nung nóng đến 350

b) Cắt bỏ cuống, cắt đôi theo chiều dọc, bỏ lõi để lại những chiếc lá màu xanh đậm hơn.

c) Hấp các cốc mầm trong 6 phút hoặc cho đến khi chúng mềm khi đâm bằng dao sắc và vẫn còn màu xanh tươi.

d) Xả ngược trên khăn giấy. Nấu khoai tây cho đến khi mềm, để ráo nước, thêm sữa, dầu ô liu và muối.

e) Đánh bại cho đến khi thắng. Nhẹ nhàng gấp trong cá hồi. +$\frac{1}{4}$> muỗng vào vỏ và đặt các dải tiêu lên trên.

62. ly vĩnh viễn

THÀNH PHẦN:

- 1 quả trứng luộc lớn, bóc vỏ
- 2 muỗng canh cá ngừ đóng hộp trong dầu ô liu, để ráo nước
- 2 muỗng canh bột bơ
- 1 muỗng cà phê nước cốt chanh tươi
- 1 muỗng canh sốt mayonaise
- 1/8 muỗng cà phê muối biển
- 1/8 muỗng cà phê tiêu đen
- 4 lá mã đề Bỉ, rửa sạch và phơi khô

HƯỚNG:

a) Trong một bộ xử lý thực phẩm nhỏ, trộn tất cả các thành phần ngoại trừ nội tạng cho đến khi trộn đều.

b) Múc 1 muỗng canh hỗn hợp cá ngừ vào mỗi cốc cuối cùng.

63. ly taco

THÀNH PHẦN:

- Ớt bột, thì là, ớt bột
- Muối, tiêu đen
- 1/4 muỗng cà phê oregano khô
- 1/4 muỗng cà phê mảnh ớt đỏ nghiền
- 1/4 muỗng cà phê tỏi băm nhỏ
- 1/4 muỗng cà phê hành tây
- 1 pound thịt bò xay 75% nạc
- 8 (1 ounce) lát phô mai Cheddar sắc nét
- 1/2 chén salsa không thêm đường
- 1/4 chén rau mùi xắt nhỏ
- 3 muỗng canh sốt Frank's Red-hot

HƯỚNG:

a) Làm nóng lò ở nhiệt độ 375°F. Dòng một tấm nướng bánh bằng giấy giấy da.

b) Kết hợp các loại gia vị trong một bát nhỏ và khuấy đều để trộn. Nấu thịt bò xay trong chảo vừa trên lửa vừa và cao. Khi thịt bò gần chín, cho hỗn hợp gia vị vào và khuấy đều để thịt bò ngấm gia vị. Loại bỏ nhiệt và đặt sang một bên.

c) Sắp xếp các lát phô mai Cheddar trên tấm nướng lót. Nướng trong lò làm nóng trước 5 phút hoặc cho đến khi bắt đầu có màu nâu. Để nguội trong 3 phút, sau đó bóc ra khỏi khay nướng và chuyển từng lát bánh vào miệng hộp thiếc muffin, tạo thành một chiếc cốc. Để nguội.

d) Múc một lượng thịt bằng nhau vào mỗi cốc và phủ 1 thìa sốt salsa lên trên. Rắc hành ngò và nước sốt lên trên.

64. Chén cheddar giăm bông

THÀNH PHẦN:

- 2 chén bột mì đa dụng
- $\frac{1}{4}$ chén đường
- 2 muỗng cà phê Bột nở
- 1 muỗng cà phê muối
- $\frac{1}{4}$ muỗng cà phê tiêu
- 6 quả trứng
- 1 cốc sữa
- $\frac{1}{2}$ pound giăm bông nấu chín hoàn toàn; hình khối
- $\frac{1}{2}$ pound phô mai Cheddar; thái hạt lựu hoặc cắt nhỏ
- $\frac{1}{2}$ pound Thịt xông khói thái lát; nấu chín và vỡ vụn
- 1 củ hành tây nhỏ; Thái nhỏ

HƯỚNG:

a) Trong bát, kết hợp bột mì, đường, bột nở, muối và hạt tiêu. Đánh trứng và sữa; khuấy thành phần khô cho đến khi trộn đều. Khuấy giăm bông, phô mai, thịt xông khói và hành tây.

b) Đổ đầy ba phần tư cốc bánh muffin đã được bôi mỡ.

c) Nướng ở 350° trong 45 phút. Để nguội trong 10 phút trước khi chuyển sang giá dây.

65. tiệc cocktail tôm

THÀNH PHẦN:

- 1 bó hành/ hẹ
- ½ bó rau mùi tây lớn
- 2 lon Pimentos nguyên con
- 2 tép tỏi lớn
- 3 phần dầu salad cho 1 phần
- giấm trắng
- Muối ăn
- Tiêu
- Mù tạt khô
- ớt đỏ
- 5 cân Anh luộc làm sạch vỏ
- Tôm hoặc đông lạnh rã đông

HƯỚNG:

a) Cắt nhỏ rau trong máy xay thực phẩm hoặc máy xay sinh tố. Thêm vào hỗn hợp dầu/dấm. Trộn đều. Nêm nếm gia vị khác cho vừa ăn.

b) Đổ hỗn hợp lên tôm, lật nhiều lần. Làm lạnh ít nhất 24 giờ, thỉnh thoảng trộn. Xả chất lỏng để phục vụ. Ăn kèm với tăm.

66. Cocktail que cà rốt

THÀNH PHẦN:

- $1\frac{1}{2}$ cốc đường
- 3 muỗng canh muối
- 2 lít giấm trắng
- 2 muỗng canh Hạt mù tạt
- 2 muỗng canh hạt cần tây
- 1 muỗng canh hạt thì là
- 2 muỗng cà phê húng quế khô
- 1 muỗng cà phê hạt tiêu nóng
- 5 cân Cà rốt
- 5 nhánh thì là

HƯỚNG:

a) Kết hợp đường, muối và giấm trong chảo thủy tinh nhỏ và đun sôi; dự trữ. Kết hợp các thành phần còn lại trừ cà rốt và nhánh thì là; dự trữ.

b) Cà rốt Julienne (hình vuông $\frac{1}{2}$ inch) và cắt thành các đoạn dài vừa với lọ. Đun nóng lại hỗn hợp giấm, thêm 1 thìa cà phê gia vị và $\frac{1}{2}$ chén hỗn hợp giấm vào mỗi lọ.

c) Gói cà rốt theo chiều dọc để lại khoảng trống $\frac{1}{4}$ inch trên đầu, đặt một nhánh thì là lên trên và đổ hỗn hợp giấm vào lọ.

d) Bịt kín và xử lý trong 5 phút trong nồi cách thủy đang sôi.,

67. Bánh su kem cocktail

THÀNH PHẦN:

- $\frac{1}{2}$ chén bơ
- 1 chén bột mì
- 4 quả trứng
- 1 chén nước sôi
- 2 muỗng canh Bơ
- 1 chén hồ đào, xắt nhỏ
- 1$\frac{1}{2}$ chén gà, nấu chín
- $\frac{1}{4}$ muỗng cà phê muối
- 3 ounce kem phô mai
- $\frac{1}{4}$ chén sốt Mayonnaise
- $\frac{1}{4}$ muỗng cà phê vỏ chanh

HƯỚNG:

a) Kết hợp bơ và nước sôi trong nồi. Thêm bột mì và muối, đun sôi khoảng 2 phút hoặc cho đến khi nó tạo thành một quả bóng mềm. Thêm trứng, từng quả một, đánh đều.

b) Thả muỗng cà phê hỗn hợp lên tấm nướng mỡ. Nướng 20 - 22 phút ở 425 độ. Để nguội trên giá đỡ.

c) Đun chảy bơ trong chảo; thêm hồ đào và nấu trên lửa nhỏ cho đến khi có màu nâu. Làm mát và kết hợp các thành phần còn lại. Sử dụng để lấp đầy bánh su kem.

d) Cắt một lát bánh phồng và cho nhân gà vào. Thay ngọn.

68. thịt nướng cocktail

THÀNH PHẦN:

- 8 con tôm lớn, nấu chín
- 2 Hành lá, tỉa
- ½ quả ớt chuông đỏ, bỏ hạt, thái sợi mỏng
- 8 quả ô liu chín hoặc xanh nhỏ
- 1b tép tỏi, đập dập
- 2 thìa nước cốt chanh
- 2 muỗng canh dầu ô liu
- 1 muỗng cà phê Đường
- 1 muỗng cà phê mù tạt xay thô
- ¼ muỗng cà phê cải ngựa kem

HƯỚNG:

a) Loại bỏ đầu và vỏ thân tôm nhưng để lại vỏ đuôi.

b) Rút chỉ lưng tôm bằng cách loại bỏ tủy đen. Cắt mỗi củ hành lá thành 4 bông cúc. Cho tôm, hành lá, ớt chuông và ô liu vào tô.

c) Trộn tỏi, nước cốt chanh, dầu ô liu, đường, mù tạt và cải ngựa.

d) Đổ hỗn hợp lên tôm, đậy nắp và ướp ít nhất 2 giờ, thỉnh thoảng đảo đều. Lấy nguyên liệu ra khỏi nước xốt và xâu đều trên 8 thanh gỗ. Xả trên khăn giấy.

69. Hạt dẻ nước cocktail

THÀNH PHẦN:

- $8\frac{1}{2}$ ounce Hộp hạt dẻ nước
- Tiết kiệm 1/2 cốc chất lỏng
- $\frac{1}{2}$ chén giấm
- 12 lát thịt xông khói, giảm một nửa
- $\frac{1}{4}$ chén đường nâu
- $\frac{1}{4}$ chén Catsup

HƯỚNG:

a) Ướp hạt dẻ trong chất lỏng và giấm trong 1 giờ. Làm khô hạn.

b) Trộn đường nâu và catup; sau đó phết lên thịt xông khói. Cuộn hạt dẻ trong thịt xông khói. Buộc chặt bằng tăm.

c) Nướng cho đến khi thịt xông khói giòn.

70. xúc xích cocktail

THÀNH PHẦN:

- $\frac{3}{4}$ chén mù tạt đã chuẩn bị
- 1 cốc thạch nho
- 1 pound (8-10) frankfurters Wieners

HƯỚNG:

a) Trộn mù tạt và thạch nho trong đĩa chafing hoặc nồi hơi đôi.

b) Cắt xúc xích theo đường chéo thành miếng vừa ăn. Thêm vào nước sốt và đun nóng.

71. Cocktail lúa mạch đen khai vị

THÀNH PHẦN:

- 1 chén sốt mayonaise
- 1 chén phô mai cheddar sắc nét
- $\frac{1}{2}$ chén phô mai Parmesan
- 1 chén hành lá thái nhỏ
- Cocktail bánh mì lúa mạch đen lát

HƯỚNG:

a) Kết hợp mayo, pho mát và hành tây. Cho khoảng $1\frac{1}{2}$ muỗng canh (hoặc nhiều hơn) lên mỗi lát bánh mì.

b) Đặt lên khay nướng và đặt dưới vỉ nướng cho đến khi sủi bọt, quan sát để đảm bảo chúng không bị cháy.

72. Thịt xông khói và phô mai dê

THÀNH PHẦN

- 8 lát thịt xông khói, nấu cho đến khi giòn
- 4 ounce phô mai dê
- 4 ounce pho mát kem (không đánh bông!)
- 1 muỗng cà phê mật ong
- 1 muỗng cà phê húng tây
- 2 muỗng canh rau mùi tây, thái nhỏ
- 1/2 muỗng cà phê tiêu tươi nứt
- 20 miếng táo nướng (bạn sẽ cần dùng 2 quả táo)

HƯỚNG:

a) Thấm từng miếng thịt xông khói đã nấu chín bằng khăn giấy để loại bỏ dầu mỡ. Xắt nhỏ thịt xông khói và đặt vào một cái bát nhỏ. Thêm cỏ xạ hương, rau mùi tây và hạt tiêu tươi nứt và trộn đều. Để qua một bên.

b) Trong một bát vừa, thêm pho mát dê, pho mát kem và mật ong. Sử dụng nĩa hoặc thìa gỗ trộn cho đến khi kết hợp tốt.

c) Lăn hỗn hợp phô mai dê thành những quả bóng cỡ ngón tay cái. Lăn từng quả bóng này trong hỗn hợp thịt xông khói. Đặt sang một bên trên một tấm nướng bánh. Bảo quản những quả bóng, được bọc bằng một miếng màng bọc saran, trong tủ lạnh của bạn cho đến khi sẵn sàng phục vụ.

d) Đặt 1 viên phô mai dê lên trên mỗi miếng táo nướng. Chèn một que kẹo mút vào đầu mỗi quả bóng phô mai dê

73. Kem vani dừa

THÀNH PHẦN

- 2 chén kem dừa không đường, ướp lạnh
- 1/4 chén dừa vụn không đường
- 1 muỗng cà phê chiết xuất vani
- 1/4 cốc erythritol hoặc dạng hạt Swerve

HƯỚNG:

a) Cho tất cả nguyên liệu vào máy xay sinh tố và xay cho đến khi hỗn hợp hoàn toàn, khoảng 30 giây.

b) Đổ hỗn hợp vào 8 khuôn kem que, gõ nhẹ vào khuôn để đánh bật bọt khí.

c) Đóng băng ít nhất 8 giờ hoặc qua đêm.

d) Lấy kem que ra khỏi khuôn. Nếu kem que khó lấy ra, hãy cho khuôn vào nước nóng trong thời gian ngắn và kem que sẽ lỏng ra.

74. Kem que đông lạnh

NGUYÊN LIỆU

- 1 gói (3 3/4 oz) Kẹo dẻo sô cô la
- Pudding và nhân bánh.
- 2 muỗng canh Đường
- 3 cốc sữa

HƯỚNG:

a) Kết hợp hỗn hợp bánh pudding, đường và sữa trong một cái chảo. Nấu trên lửa vừa, khuấy liên tục, cho đến khi hỗn hợp sôi hoàn toàn. Tắt bếp và để nguội trong 5 phút. khuấy hai lần. Cho vào ngăn đá khoảng 30 phút cho nguội và đặc lại.

b) Thìa hỗn hợp vào cốc giấy 10 3 oz và cắm que kem bằng gỗ hoặc thìa nhựa vào mỗi cốc. Đậy từng cốc bằng giấy bạc sau khi khoét một lỗ nhỏ vừa đủ lớn để chọc que hoặc cán thìa xuyên qua.

c) Giấy bạc giúp định vị que kem thẳng đứng và giữ cho kem que không bị mất nước. Đóng băng cho đến khi chắc chắn. Cắt bỏ cốc giấy trước khi phục vụ

75. Kem que việt quất màu cam

NGUYÊN LIỆU

- 1 (6 oz) lon nước cam cô đặc đông lạnh, làm mềm
- 1 lon nước (6 oz)
- 1 pint kem vani, làm mềm, hoặc 2 hộp kem
- sữa chua nguyên chất
- que kem
- cốc

HƯỚNG:

a) Whir trong một máy xay sinh tố.

b) Đổ vào khuôn, chèn que và đóng băng.

76. kem que Polynesia

NGUYÊN LIỆU

- 1 cốc sữa tách béo
- 1 phong bì gelatin không hương vị
- $\frac{1}{2}$ chén mật ong hoặc đường
- 1 lòng trắng trứng
- $1\frac{1}{4}$ chén mật hoa mơ hoặc nước ép dứa đóng hộp
- que kem và cốc

HƯỚNG:

a) Đổ sữa vào máy xay sinh tố và thêm gelatin. Để mềm trong một phút trước khi thêm các nguyên liệu còn lại vào đánh bông.

b) Đổ vào khuôn, chèn que và đóng băng.

77. Kem Kem Đào Whip

NGUYÊN LIỆU

- 1 (6 oz) lon đào trong xi-rô nhẹ hoặc 2 quả đào chín tươi, thái lát và rỗ
- 1 chén kem nặng
- 1 muỗng cà phê đường hoặc mật ong (tùy chọn)
- que kem và cốc

HƯỚNG:

a) Đánh kem trong máy xay trong 30-45 giây. Thêm đào và mật ong.

b) Khuấy cho đến khi mịn. Đổ vào khuôn, chèn que và đóng băng.

78. kẹo sô cô la

NGUYÊN LIỆU

- 1 hộp (8 oz) sữa chua nguyên chất
- 2 muỗng canh ca cao hoặc bột carob
- 2 muỗng canh đường nâu hoặc mật ong
- que kem và cốc

HƯỚNG:

a) Hóa lỏng trong máy xay sinh tố, đổ vào khuôn, chèn que kem và đông lạnh.

79. Nón tuyết thủy tinh

HƯỚNG:

a) Đông lạnh nước cam (hoặc bất kỳ loại nước trái cây có hương vị nào khác) trong khay đá viên, Cho các viên nước ép đông lạnh vào túi nhựa để bảo quản.

b) Cho ba đến sáu viên này vào máy xay sinh tố cùng một lúc.

c) Bật và tắt máy xay cho đến khi các khối đạt độ đặc như tuyết. Đổ vào cốc để phục vụ.

d) Toàn bộ mẻ được trộn cùng một lúc sẽ giữ được độ đặc của lễ hội được bảo quản trong hộp đựng trong tủ đông. Trẻ có thể tự phục vụ

e) Thêm một ít nước vào sẽ tạo nên một thứ "sền sệt". Ngay cả những đứa trẻ không thích nước cam cũng thích nó theo cách này.

80. Kem que dưa hấu

NGUYÊN LIỆU

- 1 cốc miếng dưa hấu không hạt
- 1 cốc nước cam
- 1 cốc nước kem
- gậy và cốc

HƯỚNG:

a) Xay các Thành phần này vào máy xay sinh tố, đổ vào khuôn, cắm que và đông lạnh.

b) Giao banh

81. kem que matcha

NGUYÊN LIỆU

- 2 chén kem dừa không đường, ướp lạnh
- 2 muỗng canh dầu dừa
- 1 muỗng cà phê matcha
- 1/4 cốc erythritol hoặc dạng hạt Swerve

HƯỚNG:

a) Cho tất cả nguyên liệu vào máy xay sinh tố và xay cho đến khi hỗn hợp hoàn toàn, khoảng 30 giây.

b) Đổ hỗn hợp vào 8 khuôn kem que, gõ nhẹ vào khuôn để đánh bật bọt khí.

c) Đóng băng ít nhất 8 giờ hoặc qua đêm.

d) Lấy kem que ra khỏi khuôn. Nếu kem que khó lấy ra, hãy cho khuôn vào nước nóng trong thời gian ngắn và kem que sẽ lỏng ra.

82. Pretzel nhấm nháp

THÀNH PHẦN

- 1 cốc que bánh quy cây
- 3 cốc ngũ cốc
- 1/3 cốc nho khô
- $\frac{1}{4}$ chén hạt hướng dương rang

HƯỚNG

1. Trộn tất cả nguyên liệu trong cùng một cái tô lớn. làm lạnh
2. Giao banh

83. Lộn xộn hoa

THÀNH PHẦN

- 1/2 phần sốt táo
- 1/2 phần quế
- bát trộn
- 2 tờ giấy sáp
- lăn kim
- Khuôn cắt bánh quy, hình dạng và kích cỡ khác nhau

HƯỚNG

Trộn quế và sốt táo với nhau.
Múc lên một mảnh giấy sáp. Đặt tờ bổ sung lên trên.
Tung ra hỗn hợp. Nhấn khuôn cắt bánh quy lên trên và cắt bỏ phần bột thừa.
Làm khô các hình dạng trong không khí và sau đó trang trí bằng sơn hoặc kim tuyến.

84. bánh quy bướm

THÀNH PHẦN

- bánh quy nhỏ
- bánh quy que
- Kẹo Melts 4 màu khác nhau
- rắc màu

HƯỚNG

a) Cho kẹo vào lò vi sóng 1 phút cho kẹo tan chảy.

b) Nhúng bánh quy vào màu bạn thích, sau đó xếp chúng lại với nhau trên giấy nến để tạo thành con bướm hoặc chuồn chuồn. Bánh quy que ở giữa với 2 hoặc 4 bánh quy nhỏ đặt ở hai bên.

c) Rắc lên bất kỳ đồ trang trí kẹo ngộ nghĩnh nào mà bạn có.

d) Để nguội hoàn toàn cho đến khi rắn. Giao banh.

85. kẹo dẻo

THÀNH PHẦN

- ¼ chén dầu hạt
- ½ chén bột mì đa dụng
- 4 cốc sữa hạnh nhân
- 1-1/3 chén đường nâu đóng gói
- 1/3 chén ca cao nướng
- 1 muỗng cà phê muối
- 2 muỗng cà phê chiết xuất vani
- 20 khuôn & que làm kem que

HƯỚNG

a) Trong một cái chảo lớn, đun nóng dầu. Khuấy bột cho đến khi mịn; dần dần thêm sữa hạnh nhân. Khuấy đường nâu, ca cao và muối. Khuấy vani.

b) Đổ vào khuôn Popsicle & cắm que Popsicle vào cốc.

c) Đóng băng cho đến khi chắc chắn.

86. bánh khoai lang

THÀNH PHẦN

- 1 1/2 chén bột tự nở
- 1/2 muỗng cà phê muối
- 3 thìa dầu dừa.
- 1 củ khoai lang & 1 chén khoai lang nghiền
- 1 muỗng cà phê đường

HƯỚNG

a) Làm nóng lò nướng của bạn ở nhiệt độ 200oC.
b) Trộn tất cả các nguyên liệu để tạo thành một hỗn hợp đồng nhất.
c) Cán mỏng trên bề mặt đã rắc bột mì.
d) Sử dụng nhiều khuôn cắt bánh quy để tạo hình.
e) Đặt lên khay nướng. Nướng 8 phút ở 200oC.

87. bánh xe táo trên thanh

THÀNH PHẦN

- $\frac{1}{4}$ chén bơ đậu phộng
- 1-1/2 muỗng cà phê mật ong
- $\frac{1}{2}$ chén chip sô cô la bán nguyệt thu nhỏ
- 2 muỗng canh nho khô
- 4 quả táo đỏ ngon vừa, cắt thành bánh xe
- que kem

HƯỚNG

a) Trong một bát nhỏ, kết hợp bơ đậu phộng và mật ong; gấp trong sô cô la chip và nho khô.

b) Phủ hỗn hợp bơ đậu phộng lên táo; Cho vào que và để tủ lạnh ít nhất 1 giờ.

88. trái cây sô cô la

THÀNH PHẦN

- Sôcôla chip bán ngọt dạng túi 12 ounce
- 10 quả dâu tây
- 2 quả chuối, bóc vỏ và cắt thành khối
- que xiên

HƯỚNG

a) Lót một tấm nướng bằng giấy sáp.

b) Cho sô cô la vào lò vi sóng trong bát an toàn với lò vi sóng ở nhiệt độ thấp trong 4 phút, khuấy sau 1 phút. Tiếp tục cho đến khi sô cô la tan chảy.

c) Nhúng từng loại trái cây vào sô cô la tan chảy. Đặt trên khay lót giấy.

d) Xiên thành xiên và làm lạnh trong 20 phút cho đến khi thiết lập.

89. Rollup dâu tây

THÀNH PHẦN

- 5 chén quả mọng
- 1/4 cốc mật ong
- 2 thìa nước cốt chanh

HƯỚNG

a) Rửa sạch và bỏ cuống dâu tây.
b) Cho dâu tây đã cắt nhỏ vào máy xay sinh tố. Thêm mật ong.
c) Xay nhuyễn hỗn hợp dâu tây và mật ong.
d) Đặt một tờ giấy da lên khay nướng.
e) Trải một lớp mỏng trái cây đã xay nhuyễn lên khay nấu ăn.
f) Nướng ở 250 độ trong 2-3 giờ, sau đó để qua đêm.
g) Cắt thành dải và phục vụ.

90. Blue Sky Jell-O

THÀNH PHẦN

- 2 hộp nhỏ Jell-O màu xanh
- 2 cốc nước sôi
- 2 đến 3 cốc đá viên
- 1 chén kem dừa

HƯỚNG

a) Hòa tan bột Jell-O trong 2 cốc nước sôi.
b) Thêm đá viên và khuấy đều cho đến khi Jell-O bắt đầu đông lại và giữ nguyên hình dạng.
c) Đánh bông kem dừa cho đến khi tạo thành chóp cứng.
d) Đậy nắp lọ bằng thạch màu xanh lam.
e) Thêm hai thìa kem đánh bông lên các cạnh và tạo hình thành đám mây. Thêm một lớp Jell-O khác để che phủ các đám mây.
f) Làm lạnh trong 2 đến 4 giờ trước khi phục vụ.

91. hương quế

THÀNH PHẦN

- 2/3 cốc nước
- 1 chén bulgur khô $\frac{1}{4}$ chén nho khô
- 1 thìa cà phê quế
- 1 muỗng canh đường nâu
- 1 quả chuối, thái lát

HƯỚNG

a) Trong một cái chảo, đun sôi nước và bulgur.

b) Tắt lửa, cho nho khô vào khuấy đều và đậy nắp lại. Để yên trong 10 phút.

c) Khuấy quế và đường nâu.

d) Top với chuối.

92. Pizza mặt chay sống động

THÀNH PHẦN:

- 1 vòng pita
- 2 muỗng canh sốt pizza
- 3 muỗng canh phô mai mozzarella bào nhỏ
- Rau tươi xắt nhỏ hoặc thái lát

HƯỚNG:

a) Làm nóng lò nướng ở nhiệt độ 350°.

b) Đặt bánh mì pita lên một tấm bánh quy.

c) Trải đều sốt pizza lên bánh mì pita.

d) Rắc phô mai mozzarella lên sốt pizza.

e) Tạo thành một khuôn mặt bằng cách sắp xếp các miếng rau lên trên pho mát. Sử dụng các loại rau mà con bạn thích, và

f) sáng tạo. Các loại rau củ cứng như cà rốt có thể được nấu trước một chút nếu cần thiết.

g) Nướng ở 350 ° trong khoảng mười phút.

93. Hỗn hợp đường mòn giun ngoằn ngoèo

THÀNH PHẦN:

- 1 chén bánh quy nhỏ, hình dạng bất kỳ
- 1 cốc đồ ăn nhẹ graham gấu bông thu nhỏ, bất kỳ hương vị nào
- 1 chén đậu phộng rang khô
- 1 cốc kẹo sô cô la, bất kỳ loại nào
- 1 chén sâu keo
- Túi lưu trữ phục vụ một lần hoặc hộp đựng nhỏ khác

HƯỚNG:

a) Cho tất cả nguyên liệu vào tô lớn và trộn đều.

b) Phân phối hỗn hợp đồ ăn nhẹ vào các hộp đựng phục vụ một lần cho những cơn thèm đồ ăn nhẹ trong tương lai.

94. X-quang Veggie Skeleton

THÀNH PHẦN:

- 1 quả ớt chuông đỏ, thái thành dải
- 1 quả dưa chuột nhỏ, thái lát mỏng
- 4 nhánh cần tây nhỏ
- 2-4 cái nấm nhỏ, thái miếng mỏng
- 8-10 củ cà rốt non
- 2 quả cà chua nho nhỏ
- 4 bông cải xanh hoặc súp lơ nhỏ
- 2 lát ô liu đen
- 1 lá xà lách xanh đậm
- $\frac{1}{4}$ chén nước sốt rau trang trại

HƯỚNG:

a) Đặt bát rau nhỏ

b) nhúng vào đầu một tấm bánh quy hoặc chảo hình chữ nhật khác để tạo thành đầu của bộ xương.

c) Xé lá rau diếp thành từng miếng nhỏ và đặt quanh miệng bát nhúng để tạo thành tóc.

d) Tạo cột sống bằng cách sắp xếp 10-12 lát dưa chuột thành một hàng bên dưới đầu.

e) Tạo vai bằng hai que cần tây.

f) Tạo cánh tay với bốn củ cà rốt con.

g) Tạo các cánh tay với một bông cải xanh hoặc bông súp lơ đặt ở cuối mỗi cánh tay.

h) Tạo xương sườn bằng cách xếp sáu lát ớt chuông ở mỗi bên của sống dưa chuột.

i) Tạo khung chậu bằng 14-16 lát nấm.

j) Tạo xương đùi bằng que cần tây.

k) Tạo mũ đầu gối bằng bông cải xanh hoặc hoa súp lơ.

l) Tạo chân dưới bằng hai củ cà rốt nhỏ.

m) Tạo chân bằng quả cà chua nho nhỏ hoặc bông cải xanh hoặc súp lơ trắng.

95. Món ăn vặt ốc sên hấp dẫn

THÀNH PHẦN:

- 3 lát bánh mì, loại bỏ lớp vỏ
- 3 muỗng cà phê bơ đậu phộng
- 3 muỗng cà phê thạch
- Que bánh quy nhỏ
- tăm xỉa răng

HƯỚNG:

a) Loại bỏ lớp vỏ khỏi các lát bánh mì và làm phẳng từng lát bằng một cái cán.

b) Phết bơ đậu phộng và thạch lên từng lát bánh mì.

c) Cuộn chặt từng lát bánh mì lại.

d) Cắt mỗi cuộn thành hai "con ốc sên".

e) Tạo râu bằng cách cẩn thận nhét hai que bánh quy nhỏ vào mỗi con ốc.

96. Món ngon từ rùa

THÀNH PHẦN:

- 1 quả táo Granny Smith cắt thành ba lát tròn dày 1 inch
- 12 quả nho
- Bút trang trí thức ăn hoặc chip sô cô la nhỏ cho mắt và mũi

HƯỚNG:

a) Đặt một lát táo dày 1 inch lên đĩa.

b) Cắt hai hoặc ba quả nho thành lát tròn.

c) Đặt sáu lát nho trên lát táo để tạo thành mai rùa.

d) Đặt nửa quả nho làm đầu rùa. Tạo mặt trên quả nho bằng bút trang trí đồ ăn hoặc bằng cách ấn những viên sô cô la nhỏ vào quả nho.

e) Cắt đôi hai quả nho và đặt các miếng này làm chân rùa.

f) Cắt một mảnh nho hình tam giác và đặt nó làm đuôi rùa của bạn.

97. Côn trùng tức thì

THÀNH PHẦN:

- 2 quả cà chua bi lớn hoặc 4 quả nhỏ
- 4 quả ô liu đen
- 4 bánh quy tròn
- 2 ounce pho mát kem mềm, hoặc hummus
- 1 cọng cần tây

HƯỚNG:

a) Phết pho mát kem hoặc sốt hummus lên từng chiếc bánh quy tròn.

b) Cắt mỗi quả cà chua bi thành hai hoặc bốn miếng tùy theo kích cỡ của quả cà chua.

c) Tạo hình đầu bọ rùa bằng cách đặt một quả ô liu đen nguyên quả vào pho mát kem trên mép của chiếc bánh quy có lỗ hướng lên trên.

d) Tạo thành đôi cánh bằng cách sắp xếp hai miếng cà chua bên dưới và bên trái và bên phải của đầu ô liu.

e) Xúc xắc một quả ô liu thành những miếng nhỏ. Chấm từng cánh với các mảnh.

f) Tạo thành râu bằng cách cắt lát cần tây. Chèn hai mảnh vào lỗ của mỗi ô liu đen.

98. Juicy Jiggly Cup

HƯỚNG

a) Đun nóng ba cốc nước trái cây trong nồi trên lửa vừa.

b) Rắc gelatin vào một cái bát nhỏ với cốc nước trái cây còn lại.

c) Khi nước trái cây sôi, tắt bếp và khuấy vào hỗn hợp gelatin/nước trái cây bằng máy đánh trứng.

d) Làm lạnh trong khoảng 30 phút.

e) Làm lạnh một lần nữa trong một đến hai giờ.

99. kẹo dẻo chuột

THÀNH PHẦN:

- 3 quả dâu tây tươi lớn
- 9 chip sô cô la nhỏ
- 6 lát hạnh nhân
- 3 dây cam thảo đỏ
- 1 ounce phô mai, bất kỳ loại nào, cắt thành hình tam giác

HƯỚNG:

a) Cắt một lát bên cạnh mỗi quả dâu tây để chúng nằm phẳng trên đĩa.

b) Nhấn một mũi chip sô cô la vào mỗi quả dâu tây.

c) Nhấn hai mắt chocolate chip vào mỗi quả dâu tây.

d) Chèn hai tai hạnh nhân thái lát hoặc thái lát vào mỗi quả dâu tây.

e) Xếp dâu ra đĩa. Đặt một đuôi dây cam thảo phía sau mỗi con chuột.

f) Sắp xếp các hình pho mát xung quanh đĩa—xét cho cùng, chuột của bạn cũng xứng đáng được ăn nhẹ!

100. Nachos táo bơ hạt dẻ

THÀNH PHẦN:

- 2 quả táo, bất kỳ loại nào, rửa sạch và thái lát mỏng
- 4 muỗng canh bơ đậu phộng hoặc bơ hạt yêu thích của bạn
- 4 muỗng canh granola, bất kỳ loại nào
- 2 muỗng canh sô cô la chip nhỏ

HƯỚNG:

a) Đun chảy bơ hạt trong lò vi sóng hoặc trong nồi hơi đôi.

b) Xếp các lát táo ra đĩa.

c) Rưới bơ hạt tan chảy lên các lát táo.

d) Rắc granola lên bơ hạt ấm.

e) Rắc vụn sô cô la lên khoai tây chiên táo.

PHẦN KẾT LUẬN

Bom béo Keto bổ sung chất béo lành mạnh vào chế độ ăn uống của bạn trong khi vẫn giữ chế độ ăn ít carb và không đường. Hướng dẫn về bom béo này bao gồm mọi thứ bạn cần biết về bom béo keto.

Bom béo (quả bóng hạt và hạt nhỏ chứa chất béo có hàm lượng calo cao) đã tồn tại gần một thế kỷ. Với sự ra đời của chế độ ăn ketogenic để giúp điều trị bệnh động kinh vào năm 1921, bom béo đã được giới thiệu để giúp trẻ em ăn chế độ ăn nhiều chất béo.

www.ingramcontent.com/pod-product-compliance
Lightning Source LLC
LaVergne TN
LVHW011020061026
849535LV00006B/1970
9781783570362